ஆத்ம சகோதரன்

ஆத்ம சகோதரன்

எஸ்.ஆர். கிருஷ்ணமூர்த்தி (பி. 1942)

மொழிபெயர்ப்பாளர்

புதுவைப் பல்கலைக்கழக முன்னாள் ஃபிரெஞ்சுத் துறைத் தலைவர், வாழ்வியல் புலத் தலைவர், பல்கலைக்கழக மானியக் குழுவின் தகைசால் அறிஞர். ஃபிரெஞ்சு அரசின் ஷெவாலியே, ஒஃபீசியே, கொமாந்தர் ஆகிய விருதுகளையும் ரொமேன் ரொலான் விருதையும் பெற்றவர். ஃபிரெஞ்சு, ஆங்கிலம், தமிழ் ஆகிய மொழிகளில் பல மொழிபெயர்ப்புகள் செய்திருக்கிறார்.

தாவித் தியோப்

ஆத்ம சகோதரன்
(புக்கர் பரிசு பெற்ற நாவல்)

பிரெஞ்சிலிருந்து தமிழில்
எஸ்.ஆர். கிருஷ்ணமூர்த்தி

காலச்சுவடு பதிப்பகம்

அன்பார்ந்த வாசகருக்கு,

வணக்கம்.

காலச்சுவடு நூலை வாங்கியமைக்கு நன்றி.

நூலின் உள்ளடக்கம், உருவாக்கம், அட்டைப்படம் இன்ன பிற அம்சங்கள் பற்றிய உங்கள் கருத்துகளையும் ஆலோசனைகளையும் காலச்சுவடு வரவேற்கிறது. தகவல், எழுத்து, வாக்கியப் பிழைகள் தென்பட்டால் கட்டாயம் தெரிவித்து உதவுங்கள். நூல் தயாரிப்பில் கடும் குறைபாடு இருப்பின் மாற்றுப் பிரதி உங்களுக்குக் கிடைக்கக் காலச்சுவடு ஏற்பாடு செய்யும்.

மின்னஞ்சல்: **publisher@kalachuvadu.com**

காலச்சுவடு நாகர்கோவில் தலைமையகத்துக்கும் கடிதம் அனுப்பலாம்.

தங்கள்
எஸ்.ஆர். சுந்தரம் (கண்ணன்)
பதிப்பாளர் – நிர்வாக இயக்குநர்

PAP TAGORE
www.bibliofrance.in

Frère d'âme by David Diop

© David Diop, 2018
By arrangement with So Far So Good Agency

ஆத்ம சகோதரன் ◆ நாவல் ◆ ஆசிரியர்: தாவித் தியோப் ◆ பிரெஞ்சிலிருந்து தமிழில்: எஸ்.ஆர். கிருஷ்ணமூர்த்தி ◆ முதல் பதிப்பு: டிசம்பர் 2022 ◆ வெளியீடு: காலச்சுவடு, 669, கே.பி. சாலை, நாகர்கோவில் 629001

காலச்சுவடு பதிப்பக வெளியீடு: 1140

aatma sahootaran ◆ Novel ◆ Author: David Diop ◆ Translated from French by S.R. Kichenamourty ◆ Language: Tamil ◆ First Edition: December 2022 ◆ Size: Demy 1x8 ◆ Paper: 18.6 kg maplitho ◆ Pages: 112

Published by Kalachuvadu, 669, K.P. Road, Nagercoil 629001, India ◆ hone: 91–4652–278525 ◆ e–mail: publications@kalachuvadu.com ◆ Printed at Mani Offset, Chennai 600077

ISBN: 978-93-5523-274-8

ஒளிபடைத்த கண்களும்,
மூன்று மணிக்கற்களாய் மின்னும்
கருவிழிகளும் கொண்ட
என் முதல் வாசகியான என் மனைவிக்கும்,
இணைந்திருக்கும் கைவிரல்களையொத்த
என் பிள்ளைகளுக்கும்,
இனக்கலப்புடைய குடும்பத்தைத் தோற்றுவித்த
என் பெற்றோருக்கும்
இதனைக் காணிக்கையாக்குகிறேன்.

மொழிபெயர்ப்பாளர் குறிப்பு

இந்நாவலில் வரும் கதைசொல்லி, ஒரு கறுப்பின ஆப்பிரிக்கர். அவருடைய தாய்மொழி வொலோஃப். அவருடைய கதை சொல்லும் பாணி வாய்மொழியாக நாட்டுப்புறக் கதை சொல்லும் பாணியை ஒத்திருக்கிறது. சில சொற்றொடர்கள் திரும்பத் திரும்ப வந்துகொண்டே இருக்கும். "எனக்குத் தெரியும் – புரியும்" "கடவுள் சத்தியமாக" ஆகிய சொற்றொடர்களைக் கதைசொல்லி அதிக அளவில் பயன்படுத்துகிறார். சில இடங்களில் அவற்றைக் கண்டுகொள்ளாமல் விட்டுவிட்டாலும், முழுவதுமாக நீக்கிவிட முடியாது. ஆப்பிரிக்கப் பண்பாட்டுப் பரிமாணங்களை உள்ளடக்கியிருப்பது இந்நாவலின் சிறப்பம்சங்களில் ஒன்று. இந்நாவலை மொழிபெயர்க்கும்போது இதுபோன்ற ஏராளமான சவால்களை எதிர்கொள்ள வேண்டியிருந்தது. பல்வேறு சமூகங்கள் சங்கமிக்கும் இந்நாவல் வாசகர்களுக்கு ஒரு புதிய அனுபவத்தை ஏற்படுத்தும் என்ற நம்பிக்கையோடு இதைத் தமிழில் மொழிபெயர்த்திருக்கிறேன்.

1

– ... எனக்குத் தெரிகிறது. எனக்குப் புரிந்து விட்டது, நான் அப்படிச் செய்திருக்கக் கூடாதுதான்.

வயது முதிர்ந்த ஒருவரின் மகன் அல்ஃபா நிந்தியாயே வாகிய நான், அப்படிச் செய்திருக்கக் கூடாதுதான். கடவுளின் கருணையால் இப்போது எனக்குத் தெரிகிறது. என்னுடைய எண்ணங்க ளெல்லாம் எனக்கே சொந்தம். நான் என்ன வேண்டுமானாலும் எண்ணலாம். ஆனால் நான் எண்ணுவதை வெளியில் சொல்ல மாட்டேன். என்னுடைய இரகசிய எண்ணங்களையெல்லாம் என் சக போராளிச் சகோதரர்களுக்குச் சொல்லலாம். ஆனால், அவர்களெல்லாம் ஊனமுற்று, உருமாறி, வயிறு கிழிக்கப்பட்டு, உலகத்தை விட்டே போய்ச் சேர்ந்திருப்பார்கள். இறைவனே அவர் களைப் பார்க்க வெட்கப்பட்டு அவர்களைச் சொர்க்கத்துக்குள் அனுமதித்திருக்க மாட்டான்; அல்லது நரகத்தில் சாத்தான் அவர்களை மகிழ்வுடன் வரவேற்றிருப்பான். அப்படிப்பட்டவர்களுக்குக்கூட நான் யார் என்பது தெரிந்திருக்காது. உயிர் பிழைத்திருப்போருக்கும் அது பற்றித் தெரியாது. என் தந்தை அதை அறிந்திருக்க மாட்டார். என் தாய் உயிரோடு இருந்தால் அவளால்கூட யூகிக்க முடியாது. அவமானத்தின் சுமை என் மரணத்தின் சுமையோடு சேர்ந்துகொள்ளாது. நான் என்ன நினைத்தேன், என்ன செய்தேன் என்பதையும், போர் என்னை எந்த அளவுக்குச் சீர்குலையவைத்தது என்பதையும் அவர்களால் கற்பனை செய்தும் பார்க்க முடியாது. உண்மையில் குடும்ப கௌரவம் – குடும்ப கௌரவத்தின் வெளித்தோற்றம் – பாதிக்கப்படாது.

எனக்குத் தெரிகிறது. எனக்குப் புரிந்துவிட்டது, நான் அதுபோல் செய்திருக்கக் கூடாதுதான். இதற்கு முந்தைய வாழ்க்கையில் இதைச் செய்வதற்குத்

துணிவு இருந்திருக்காது. ஆனால் இன்றைய வாழ்க்கையில் இதுவரை நினைத்துப் பார்க்க முடியாததை நினைத்துப் பார்க்கத் துணிந்துவிட்டேன். அதைத் தடுப்பதற்கு எந்த எதிர்ப்புக் குரலும் என் மனதில் எழவில்லை. நான் நினைத்ததை நினைத்தபடியே செய்யும்போது, என்னுடைய முன்னோர்கள் குரலும் என் பெற்றோர்கள் குரலும் முடங்கிக் கிடந்தன. இப்போது எனக்குத் தெரிகிறது. இது சத்தியம். நான் எது வேண்டுமானாலும் நினைக்கலாம் என்று எண்ணியபோது எனக்குத் தெரிந்துவிட்டது. மதெம்பா தியோப் இறந்த அன்று எந்த முன்னறிவுப்புமில்லாமல் போர் வானிலிருந்து எதேச்சையாக அந்த எண்ணம் ஒரு பிரம்மாண்டமான குண்டுபோல் என் தலையில் வந்து விழுந்தது.

ஐயகோ! என் சகோதரனுக்கு மேலான மதெம்பா தியோப்பின் உயிர் பிரிய நீண்ட நேரம் பிடித்தது. அளவிலா வேதனை. மூச்சு நின்றபாடில்லை. அதிகாலைமுதல் இரவுவரை, குடல் வெளியில் தள்ளியபடியே – உள்ளூறுப்புகள் வெளியில் தெரியும்படி – பலிகொடுத்த ஆட்டின் உடல் சிதறிக் கிடப்பதுபோல் கிடந்தான். மதெம்பா இறப்பதற்கு முன்பே அவன் உடலுக்குள் இருக்க வேண்டியதெல்லாம் உடலுக்கு வெளியே கிடந்தன. மற்றவர்களெல்லாம் பாளம் பாளமாக வெடித்திருந்த பதுங்கு குழிகளில் பதுங்கிக்கொண்டபோது, நான் மட்டும் மதெம்பா அருகில் – அவனையொட்டி – என் வலது கையை அவன் இடது கையோடு இணைத்துக் கொண்டு – உலோகத்தாலானதுபோல் விரிந்திருந்த நீல வானத்தைப் பார்த்துக்கொண்டிருந்தேன். அவன் தன்னைக் கொன்றுவிடும்படி மூன்று தடவை கேட்டான். மூன்று முறையும் நான் மறுத்துவிட்டேன். இது நடந்தது நான் சிந்தித்துப் பார்க்க ஆரம்பிக்கும் முன். இன்றிருப்பதுபோல் நான் அன்று இருந்திருந்தால், அவன் என் பக்கம் திரும்பி, அவன் இடது கையை என் வலது கையில் இணைத்து, முதல் தடவை கேட்டபோதே குரல்வளையை நெரித்து அவனைக் கொன்றிருப்பேன்.

கடவுள் சாட்சியாக, நான் இப்போது இருப்பதுபோல் அப்போதே இருந்திருந்தால், பலியிடும் ஆட்டின் கழுத்தை முறிப்பதுபோல் அவன் கழுத்தை முறித்திருப்பேன் – அன்பின் அடையாளமாக! ஆனால் அன்று, வயதான என் அப்பாவையும் என் அம்மாவையும் நினைத்துக் கொண்டேன். ஆகையால் முள் கம்பியால் அறுபடுவதுபோல் அவன் அடைந்த வேதனையை முடித்துவைக்க எனக்குத் தெரியவில்லை. என் சிறு வயது நண்பன்மீது – என் சகோதரனுக்கு மேலானவன்மீது – நான் ஈவு இரக்கம் காட்டவில்லை. கடமை காட்டிய வழியில் மட்டும் சென்றேன்.

கடவுள் சாட்சியாக, மூன்றாவது தடவையாக மதெம்பா தன்னைக் கொன்றுவிடச் சொன்னபோதும், அவனை ஒரு சிறு குழந்தையைப்போல் கதறவிட்டுவிட்டேன். அவனுக்குக் கீழ் சிறுநீர் போய்க்கொண்டிருந்தது. அவனது வலது கை பாம்புபோல் படர்ந்திருந்த அவன் குடலை ஒன்றிணைக்கும் முயற்சியில் தட்டுத் தடுமாறிக்கொண்டிருந்தது.

அவன் "இறைவன் தயவினாலும், நம் குலகுரு தயவினாலும், நான் நினைப்பதுபோல் நீ என் சகோதரனாக இருந்தால், பலி ஆட்டின் கழுத்தை நெரிப்பதுபோல் என் கழுத்தை நெரித்துக் கொன்றுவிடு. மரணத்தின் வாய் என் உடலை கடித்துக் குதறிவிடச் செய்யாதே. இந்த அசுத்தத்தில் என்னைச் சாகவிடாதே! அல்ஃபா நிந்தியாயே! அல்ஃபா! உன்னைக் கெஞ்சிக் கேட்கிறேன். கழுத்தை நெரித்து என்னைக் கொன்றுவிடு" என்று சொன்னான்.

என் குலகுருவின் பெயரை மொழிந்ததனாலேயே மனித தர்மத்துக்கும், எங்கள் முன்னோர் தர்மத்துக்கும் எதிராகச் சென்றுவிடாதிருக்கும் பொருட்டு நான் அவனிடம் ஈவு இரக்கம் காட்டவில்லை. மதெம்பாவை – என் சகோதரனுக்கு மேலானவனை – என் சிறு வயது நண்பனைக் கண்களில் கண்ணீரோடு, நடுங்கும் கைகளால் போர்க்களச் சகதியில் தன் குடலை மீண்டும் தன் உடலுக்குக் கொண்டுவந்து சேர்க்கத் துடிக்கும் நிலையில் கைவிட்டுவிட்டேன்.

ஓ! மதெம்பா! உன் உயிர் பிரிந்ததும்தான் நான் உண்மையில் சிந்தித்துப் பார்த்தேன். அன்று மாலையில் நீ இறந்ததும்தான் நான் கடமையின் கட்டளையை, எனக்கு ஆலோசனை சொன்ன அந்தக் குரலை, நான் கேட்டிருக்கக் கூடாது என்ற ஞானோதயம் எனக்குப் பிறந்தது. ஆனால் அதற்குள் காலம் கடந்துவிட்டது.

நீ இறந்துபோய், உன் கைகள் ஒருவாறாக அசைவற்றுப் போய், உன் கடைசி மூச்சு கடுந்துயரிலிருந்து உனக்கு விடுதலையளித்தபோதுதான், நான் காத்திருந்திருக்கக் கூடாது என்பதைப் புரிந்துகொண்டேன். வெகு நேரம் கழித்துத்தான், நான் நீ கேட்டவுடனேயே – உன் கண்கள் கண்ணீரின்றி வறண்டு போயிருந்த அந்தச் சமயத்திலேயே – உன் இடது கை என் கையைப் பற்றிக்கொண்டிருந்த அந்தத் தருணத்திலேயே – உன் கழுத்தை நெரித்துக் கொன்றிருக்க வேண்டும் என்பதைப் புரிந்துகொண்டேன். குடல் வெளியில் தள்ளியிருப்பினும் உயிரோடிருந்து தனிமையில் தவித்த ஒரு கிழப்புலி போன்ற உன்னைப் பிணம் தின்னும் கழுதைப் புலிகள் தின்றிருக்க விட்டிருக்கக் கூடாது. தவறான காரணங்களுக்காக, நியாயமாகத்

ஆத்ம சகோதரன்

தோன்றிய மரபுவழியில் உறைந்துபோன சிந்தனையால் நீ கெஞ்சிக் கேட்கும்படி வைத்துவிட்டேன்.

ஓ மதெம்பா! போர் நடந்த அன்று காலையிலேயே, பொறுமையாக, உதட்டில் ஒரு சிறிய புன்னகையுடன் அன்போடு கேட்டபோதே, நான் உன் விருப்பத்தை நிறைவேற்றாததற்கு நான் எவ்வளவு வருத்தப்பட்டேன் என்று தெரியுமா? அப்போதே உன் கழுத்தை நெரித்துக் கொன்றிருந்தால் அது வாழ்க்கையில் உன்னுடன் விளையாடும் கடைசி விளையாட்டாக இருந்திருக்கும். அப்படிச் செய்வதை விட்டுவிட்டு, உன்னைக் கதறி அழவிட்டு விட்டேன். உன் வாயில் நுரைதள்ள விட்டுவிட்டேன். மனநலம் குன்றிய ஒரு சிறுவனைப் போல் உன்னை மலத்தில் புரள விட்டுவிட்டேன். அதனால் உன்னுடைய நிந்தனைக்கு ஆளாகி விட்டேன். எந்தச் சட்டத்தை மனதில் வைத்துக்கொண்டு உன்னைக் கொடூர நிலையில் கைவிட்டுவிட்டேன்? என் ஆன்மாவைக் காப்பாற்றிக்கொள்ள நினைத்திருக்கலாம். நான் கடவுளின் முன்னும் மனிதர்கள் முன்னும் எப்படி நடந்துகொள்ள வேண்டும் என்று என்னை வளர்த்தவர்கள் நினைத்தார்களோ அதன்படி நடந்துகொள்ள நினைத்திருக்கலாம். ஆனால், உன்னைப் பொறுத்தவரையில், மதெம்பா, என்னால் மனிதனாக நடந்துகொள்ள இயலவில்லை. நீ என்னைச் சபித்துக் கொட்ட விட்டுவிட்டேன். என் சகோதரனுக்கும் மேலான நண்பா, நீ கத்திக் கதறவும், இறைவனை நிந்திக்கவும் வைத்துவிட்டேன். காரணம், என்னால் சுயமாகச் சிந்திக்க முடியாமல் போனதுதான்.

ஆனால் குடல் வெளியில் தள்ளி, மரண ஓலத்தோடு நீ இறந்த பின், என் சகோதரனுக்கும் மேலான நண்பா, எனக்கு ஒன்று தெரிந்துவிட்டது – நான் உன்னைக் கைவிட்டிருக்கக் கூடாது.

உன் பிணத்தருகே படுத்திருந்து பார்த்தேன். மாலை நேர அடர் நீல வானில், கடைசிக் குண்டுகள் விட்டுச்சென்ற தடயப் பிழம்புகளைப் பார்த்தேன். செந்நீர் படர்ந்த போர்க்களத்தில் அமைதி நிலைபெற்றவுடன் நான் சிந்திக்கத் தொடங்கினேன். அப்போது நீ உயிரற்ற சதைப் பிண்டத்தின் குவியலாகிக் கிடந்தாய்.

உன் கைகள் நடுங்கியதால் உன்னால் செய்ய இயலாத ஒன்றை நான் செய்யத் தொடங்கினேன். இன்னும் சூடாக இருந்த உன் குடல்களைக் குவித்து ஏதோ ஒரு புனிதக் கலசத்தில் வைப்பதுபோல் உன் வயிற்றில் வைத்தேன். மங்கிய ஒளியில் நீ புன்னகைப்பதுபோல் ஓர் உணர்வு ஏற்பட்டது. உன்னை நம்முடைய இடத்துக்குக் கொண்டுபோக முடிவு செய்தேன். இரவின் குளிரில், என் சீருடையின் மேல் பகுதியையும் சட்டையையும் கழற்றினேன். என் சட்டையை உன்மீது போர்த்திச்

சட்டைக் கைகளை உன் வயிற்றில் மிக மிக இறுக்கமாக முடிந்தேன். அம்முடிச்சுகளில் கறுப்பு இரத்தம் தோய்ந்தது. ஒரு குழந்தையைத் தூக்குவதுபோல் உன்னை என் கைகளால் தூக்கிச் சென்றேன். என் சகோதரனுக்கு மேலான நண்பா, உன்னைத் தூக்கிக்கொண்டு நடந்தேன், நடந்தேன், நடந்துகொண்டே இருந்தேன். சேற்றிலும் நடந்தேன்; இரத்தம் கலந்த நீர் நிறைந்திருந்த குழிகளிலும் நடந்தேன். அக்குழிகள் குண்டுகள் ஏற்படுத்திய குழிகள். அங்கு மனித மாமிசத்தைத் தின்னவந்த எலிகள் பயந்து ஓடின. உன்னை என் கைகளில் தூக்கிச் செல்லும்போது உன்னிடம் மன்னிப்புக் கேட்டுக்கொண்டே நான் சுயமாகச் சிந்தித்தேன். அப்போது மிகவும் காலம் கடந்து எனக்கு ஒன்றுபுரிந்தது: உன் கண்களில் நீர் வற்றியிருந்தபோது, நீ ஒரு பால்ய நண்பனிடம் கேட்பதுபோல் கேட்ட ஒரு சேவையை மெதுவாக, எவ்விதச் சடங்குமின்றி நிறைவேற்றியிருக்க வேண்டும். என்னை மன்னித்துவிடு.

2

தூங்கிக்கொண்டிருக்கும் குழந்தையைத் தூக்கிக்கொண்டு போவதுபோல், மதெம்பாவை என் கையில் அணைத்துக்கொண்டு நீண்ட நேரம் பள்ளம், படுகுழிகளையெல்லாம் கடந்து சென்றேன். எதிரிகளின் பார்வை படாமல் முழு நிலவின் ஒளியில் மிதந்து சென்று தனியொருவனாக எங்கள் பதுங்கு குழியை அடைந்தேன். தூரத்திலிருந்து பார்க்கும்போது எங்கள் பதுங்கு குழி பிரம்மாண்டமானதொரு பிறப்புறுப்பின் பிளவுபோல் காட்சியளித்தது. அது போருக்காகவும் குண்டுகளுக்காகவும் போர்வீரர்களாகிய எங்களுக்காகவும் விரிந்திருந்தது. நான் கற்பனை செய்துபார்க்கத் தகாத ஒன்றைக் கற்பனை செய்தது அதுதான் முதல் தடவை. மதெம்பாவின் இறப்புக்கு முன் ஒருக்காலும் நான் அதுபோல் கற்பனை செய்திருக்கவில்லை. அதாவது மதெம்பாவையும் என்னையும் காப்பாற்றிவைக்க வேண்டிய அந்தப் பதுங்கு குழியை ஒரு பெண்ணின் பிறப்புறுப்புபோல் கற்பனை செய்தது கிடையாது. நான் இதுவரை அப்படியெல்லாம் நினைத்ததில்லை. பூமியின் உள்பக்கம் வெளியில் இருந்ததுபோல் என் மனதின் உள் பக்கமும் வெளியில் இருந்தது. மற்றவர்களுக்குத் தெரியாதிருக்கும்வரை நான் எது வேண்டுமானாலும் நினைத்துக்கொள்ளலாம் என்று எனக்குப் புரிந்தது. எனக்குத் தெளிவானது. விசித்திரமாக இருந்த என்னுடைய எண்ணங்களை என் மனதுக்குள்ளேயே வைத்துப் பூட்டிவிட்டேன்.

பதுங்கு குழியில் ஒரு வீரனை வரவேற்பதுபோல் என்னை வரவேற்றார்கள். மதெம்பாவை அணைத்துக்கொண்டு பால் நிலவின் ஒளியில் நடந்தேன். அவன் உடலை ஒட்டியிருந்த அவன் சட்டை முடிச்சிலிருந்து பிரிந்து ரிப்பன்போல் அவன்

குடல் தொங்கிக்கொண்டிருந்ததை நான் கவனிக்கவில்லை. பாழாகிவிட்ட ஓர் உடலை நான் கைகளில் சுமந்து செல்வதைப் பார்த்தவர்கள் என் துணிவையும் என் வலிமையையும் பாராட்டினார்கள். தங்களால் அது முடியாது என்பதையும் அவர்கள் குறிப்பிட்டார்கள். ஒருவேளை மதெம்பாவை அவர்கள் எலிகளுக்கு இரையாக விட்டிருக்கக் கூடும் என்றனர். அதிலும், அவனுடைய குடலை அவன் வயிற்றுக்குள் வைக்கத் துணிந்திருக்க மாட்டோம் என்றும், அதுவும் எதிரிகள் முன்பாக இவ்வளவு தூரம் சந்திரனின் ஒளியில் அவனைத் தூக்கிவரத் துணிந்திருக்க மாட்டோம் என்றும் சொன்னார்கள். எனக்குப் பதக்கம் பெறும் தகுதி இருக்கின்றதென்றார்கள். அனேகமாகப் போர்ப் பதக்கம் கிடைக்குமென்றும், அதனால் என் குடும்பம் பெருமையடையுமென்றும் சொன்னார்கள். அச்சமயம் மதெம்பா வானுலகிலிருந்து என்னைப் பார்த்துப் பெருமை அடைவான் என்றும் சொன்னார்கள். எங்கள் தளபதி மான்ழேன் கூடப் பெருமையடைவார் என்றார்கள். ஆனால் எனக்குள் நான் இதெல்லாம் ஒரு பொருட்டல்ல என்று நினைத்துக்கொண்டேன் – இருப்பினும் இது ஒருவருக்கும் தெரியப்போவதில்லை. தன்னைக் கொன்றுவிடும்படி மதெம்பா என்னிடம் மூன்று முறை கெஞ்சினான் என்பதும், அவன் கெஞ்சலுக்கு நான் செவிசாய்க்கவில்லை என்பதும், கடமையைச் செய்யும் பொருட்டு நான் அவனிடம் மனிதாபிமானம் காட்டாமல் இருந்து விட்டதும் யாருக்கும் தெரியாதல்லவா? அதுபோலத்தான். எனக்கு இப்போது எல்லாத் தளைகளும் அகன்றுவிட்டன. ஆதலால் கடமையை மதித்து மனிதாபிமானத்தை மறக்க வேண்டுமென்றால், எனக்கு இப்போது அந்த ஆலோசனை தேவையில்லை.

3

பதுங்கு குழியில் நான் மற்றவர்களைப் போல்தான் வாழ்ந்தேன் – குடித்தேன், சாப்பிட்டேன். சில சமயங்களில் மற்றவர்களைப் போலவே பாட்டுப் பாடினேன். சுருதி சேராமல்தான் பாடினேன். என்னை எல்லோரும் கிண்டல் செய்தார்கள். 'நிந்தியாயே, உனக்குப் பாட்டு வராது' என்றார்கள். என்னைக்கேலிசெய்தார்கள், ஆனால் கேலிசெய்வதை ஓரளவோடு நிறுத்திக்கொண்டார்கள். அவர்களுக்கு என்மீது மதிப்பு உண்டு. அவர்களைப்பற்றி நான் என்ன நினைக்கிறேன் என்று அவர்களுக்குத் தெரியாது. என்னைப் பொறுத்தவரையில் அவர்கள் பைத்தியக்காரர்கள், முட்டாள்கள். ஏனென்றால், அவர்கள் எதுபற்றியும் சிந்திப்பதில்லை. இராணுவத்தினர் – அவர்கள் வெள்ளையராக இருந்தாலும் கறுப்பராக இருந்தாலும் – எப்போதும் "சரி" என்று சொல்லிவிடுகிறார்கள். பாதுகாப்பான பதுங்கு குழியிலிருந்து வெளியில் வந்து நிராயுதபாணிகளாக எதிரிகளைத் தாக்க வேண்டும் என்று ஆணை வந்தால் "சரி" என்பார்கள். எதிரிகளுக்கு அச்சமூட்டும் பொருட்டுக் காட்டுமிராண்டிகளாக நடந்துகொள்ள வேண்டுமென்று ஆணை வந்தால் அதற்கும் "சரி" என்பார்கள். கறுப்பினக் காட்டுமிராண்டிகளைக் கண்டும், தன்னினம் தின்னும் மனிதர்களைக் கண்டும், 'சுலூ'க்களைக் கண்டும் எதிரிகள் அச்சப்படுவார்கள் என்று சொன்னால் அவர்கள் சிரித்துக்கொள்வார்கள். எப்படியாவது எதிரிகளுக்கு அச்சம் என்றால், அது அவர்களுக்குப் போதும். தங்களுக்கேயுரிய அச்சமடைந்தால் அவர்கள் மறந்துவிடுவார்கள். அவர்கள் ஒரு கையில் துப்பாக்கியோடும், மற்றொரு கையில் பட்டைக் கத்தியோடும் பதுங்கு குழியிலிருந்து – பூமியின் வயிற்றிலிருந்து – கிளம்பி வருவதைப் பார்த்தால் அவர்கள் கண்களில் வெறித்தனம்

தென்படும். அவர்களுடைய கேப்டன் அவர்களைப் பார்த்து மிகப்பெரிய வீரர்கள் என்று சொல்லியிருக்கிறார். ஆகவே, அவர்கள் பாடிக்கொண்டே உயிரைவிடத் தயாராக இருப்பர். அதில் அவர்களுக்குள் போட்டியுமிருக்கும். தியோப் குடும்பத்தைச் சார்ந்த ஒருவன் நிந்தியாயே குடும்ப உறுப்பினர் ஒருவரைவிடத் துணிவில் குறைந்தவன் என்று சொல்லிவிடக் கூடாது. ஆகவே கேப்டன் அர்மான் விசில் அடித்து உத்தரவு கொடுத்ததும் அவன் குபீரெனத் தன் பதுங்கு குழியிலிருந்து வெளியில் குதித்துக் காட்டுமிராண்டிபோல் பயங்கரமாகக் கத்துவான். ‘கெய்த்தா’ பிரிவினருக்கும் ‘சுமாரே’ பிரிவினருக்குமிடையே போட்டி. ‘தியாலோ’ பிரிவினருக்கும் ‘ஃபாயே’ பிரிவினருக்குமிடையே போட்டி.‘கானே’ பிரிவினருக்கும் ‘தியுனே’ பிரிவினருக்குமிடையே போட்டி. இப்படியாக, ‘தியானே’, ‘குருமா’, ‘பேயே’, ‘ஃபக்கோலி’, ‘சால்’, ‘தியேங்’, ‘சேக்’, ‘கா’, ‘சிசே’, ’நிதூர்’, ‘துரே’, ‘கமாரா’, ‘பா’, ’ஃபா’, ‘ஃபால்’, ‘குலிபாலி’, ‘சோன்கொ’, ‘சீ’, ‘சிசோக்கோ’, ‘திராமே’, ‘திராவோரே’ ஆகிய பிரிவினரிடையே போட்டி நிலவிவந்தது. கேப்டன் அர்மான் “ஆப்பிரிக்கச் ‘சாக்கிலெட்’களே! நீங்களெல்லாம் துணிவுடையோர் மத்தியில் அதிகத் துணிவுடையோர்! பிரான்ஸ் நாடு நன்றியுடன் உங்களைப் பாராட்டுகிறது. பத்திரிகைகளெல்லாம் உங்கள் வீரத்தைப் பற்றியே பேசுகின்றன” என்று சொல்லிவிட்டால், உடனே வயிறு தரையில் தவழும்படி சென்று காட்டுமிராண்டிகளாகக் கத்தி, ஒரு கையில் துப்பாக்கியோடும் மற்றொரு கையில் பட்டைக் கத்தியோடும் பலிகடாவாகிவிடுவார்கள்.

ஆனால் அல்ஃபா நிந்தியாயேவாகிய எனக்குக் கேப்டனின் வார்த்தைகள் புரியும். நான் நினைப்பது யாருக்கும் தெரியாது. நான் என்ன வேண்டுமானாலும் நினைப்பேன். நான் சிந்திக்கக் கூடாது என்றுதான் மற்றவர்கள் நினைக்கிறார்கள். கேப்டனின் உரையில் நினைக்கக் கூடாதது மறைந்திருந்தது. கேப்டனின் பிரான்ஸுக்குத் தேவையானபோது, நாங்கள் காட்டுமிராண்டுகளாகச் செயல்பட வேண்டும். அவ்வளவுதான். அவர்களுக்கு நாங்கள் காட்டுமிராண்டிகளாகச் செயல்பட்டு எதிரிகளைக் கலங்கடிக்க வேண்டும். எனக்குத் தெரிந்தது – புரிந்துவிட்டது. அதில் எந்தக் குழப்பமுமில்லை. கேப்டனின் பிரான்ஸுக்கு எங்கள் காட்டுமிராண்டித்தனம் தேவை. நானும் மற்றவர்களும் பணிந்துபோகக் கூடியவர்கள். ஆகவே காட்டுமிராண்டிகளாக நடிப்போம். எதிரிகளின் சதையைக் கிழிப்போம், அவர்களை முடமாக்குவோம், அவர்கள் தலையைத் துண்டாடுவோம். ஆனால், ‘தூக்குலேர்’, ‘செரேஸ்’, ‘பம்பாராஸ்’, ‘மாலின்கே’, ‘சுஸ்ஸு’, ‘ஹவுஸாஸ்’, ‘மோசீ’, ‘மர்கா’, ‘சொலின்கே’, ‘செனுஃபோ’, ‘போபோ’, ‘வோலோஃபி’யின் பல்வேறு

பிரிவினர் ஆகியோருக்கும் எனக்கும் ஒரு வேறுபாடு உண்டு. நான் சரியாகச் சிந்தித்துத்தான் காட்டுமிராண்டியாவேன். அவர்கள் பதுங்கு குழியிலிருந்து வெளியில் வரும்போதுதான் காட்டுமிராண்டியாக நடிப்பார்கள். ஆனால் நான் அப்படியல்ல; பதுங்கு குழியில் அவர்களுடன் இருக்கும்போதே நடிப்பேன்; சிரிப்பேன்; அபசுரமாகப் பாடுவேன். இருப்பினும், அவர்கள் என்மீது மதிப்பு வைத்திருப்பார்கள்.

நான் பூமியின் வயிற்றிலிருந்து வெளியில் தவழ்ந்து வந்து விட்டால் எதிரிகள் ஜாக்கிரதையாக இருக்க வேண்டியதுதான். குறிப்பிட்ட நேரத்தில் திரும்பி வர மாட்டேன். பதுங்கு குழிக்கு வெகு நேரம் கழித்துத்தான் திரும்புவேன். கேப்டனுக்கு அது தெரியும். அவன் அதைக் கண்டுகொள்வதில்லை. நான் உயிரோடும் முகத்தில் ததும்பும் புன்னகையோடும் திரும்பிவருவதைப் பார்த்து வியப்படைவான். நான் தாமதமாக வருவதைக் கண்டுகொள்ளாததற்குக் காரணம் நான் வெறும் கையோடு திரும்புவதில்லை. காட்டுமிராண்டித் தனமான போரிலிருந்து வரும்போது கைப்பற்றிய ஒரு பொருளோடுதான் வருவேன். இருள் கவ்விய இரவில், அல்லது நிலவொளியும் இரத்தம் சிந்தும் இரவில் நான் திரும்பிவரும்போது ஒரு துப்பாக்கியையும் அதனை ஏந்திய கையையும் சேர்த்துத்தான் கொண்டுவருவேன். அந்தக் கை துப்பாக்கியைப் பிடித்திருக்கலாம், வலுவாகவே பிடித்திருக்கலாம், துடைத்திருக்கலாம், மெழுகுபோட்டு மெழுகியிருக்கலாம், அதனுள் குண்டுகள் ஏற்றியிருக்கலாம், குண்டுகளையெல்லாம் பயன்படுத்திய பின் மீண்டும் அதனுள் குண்டுகளை ஏற்றியிருக்கலாம். ஓய்வு மணியடித்ததும் கேப்டனும் அவன் நண்பர்களும் பதுங்கு குழியில் பாதுகாப்பாக வந்து தங்கிக்கொண்டிருக்கும்போது அவர்களுக்குள் இரண்டு கேள்விகள் எழும். முதல் கேள்வி: அல்ஃபா நிந்தியாயே உயிரோடு வந்து நம்மைச் சேருவானா? இரண்டாவது கேள்வி: அந்த அல்ஃபா நிந்தியாயே ஒரு துப்பாக்கியையும் அதனைப் பிடித்திருந்த கையையும் சேர்த்துக் கொண்டுவருவானா? நான் எப்போதும் திரும்பி வந்துவிடுவேன் – ஆனால், அனைவரும் வந்துசேர்ந்த பிறகே! கேப்டன் சொல்வதுபோல், பகைவனின் குண்டுகள் சரமாரியாக வெடித்துக் கொண்டிருந்தாலும் சரி, புயல் வீசினாலும் சரி, மழை பெய்தாலும் சரி, நான் வருவது உறுதி. அப்போது, என் கையில் பகைவனின் துப்பாக்கி ஒன்று இருக்கும். அத்துடன் அதனைப் பிடித்திருந்த, அணைத்திருந்த, துடைத்திருந்த, மெழுகேற்றிய, அதனுள் குண்டுகளை பொருத்தியும், சுட்டும், மீண்டும் பொருத்தியும் இருந்த கையும் சேர்த்துக்கொண்டு வருவேன். கேப்டனும் உயிர்பிழைத்திருந்த என் நண்பர்களும் தங்களுக்குள் மேற்கூறிய கேள்விகளைக்

கேட்டுக்கொண்டிருக்கையில் எதிரிகளின் கூச்சல்களையும் குண்டுச் சத்தங்களையும் கேட்டுத் திருப்தியடைவார்கள். “ஆகா, அல்ஃபா நிந்தியாயே திரும்பி வருகிறான். ஆனால் அவன் வெட்டியெடுத்த எதிரியின் கையோடு வருகிறானா” என்று கேட்டுக்கொண்டிருப்பார்கள். ஒரு துப்பாக்கி! ஒரு கை! இதைத்தான் அவர்கள் எதிர்பார்த்துக்கொண்டிருப்பார்கள்.

நான் கைப்பற்றிய பொருளோடு திரும்பி வருகையில், அவர்களுக்கு என்னை மிக மிகப் பிடித்திருந்தது தெரியும். எனக்கு உணவு எடுத்து வைத்திருப்பார்கள். எனக்காக சிகரெட் எடுத்து வைத்திருப்பார்கள். நான் திரும்பி வந்தது குறித்து அவர்களுக்கு ஏற்பட்ட மகிழ்ச்சியில் அவர்கள் என்னிடம் அந்த வெற்றி எப்படிச் சாத்தியமானதென்றோ, எவ்வாறு எதிரியின் கையில் இருந்த துப்பாக்கியைப் பறித்தேன் என்றோ, அவனுடைய கையை எப்படித் துண்டித்தேன் என்றொ யாரும் கேட்பதில்லை. அவர்கள் என்மீது வைத்திருந்த அன்பினால் அவர்களுக்கு நான் திரும்பி வந்ததில் அளவு கடந்த மகிழ்ச்சி. நான் அவர்களுக்கு ஒரு குழுச்சின்னம். என்னுடைய கைகளினால், அவர்கள் வாழ்வதற்கு, மேலும் ஒரு நாள் அவகாசம் பெற்றிருக்கிறார்கள் என்பது உறுதியாகியிருக்கும். இறந்தவன் உடலின் மற்றப் பகுதிகளை நான் என்ன செய்தேன் என்றும் கேட்பதில்லை. எப்படி நான் எதிரியைப் பிடித்தேன் என்பதுபற்றி அவர்களுக்குக் கவலையில்லை. எப்படிக் கையைத் துண்டித்தேன் என்பது பற்றியும் கவலையில்லை. அவர்களுக்கு வேண்டியது என் காட்டுமிராண்டித்தனத்தின் பயன் மட்டுமே. நான் அப்படிச் செய்ய ஆரம்பித்ததிலிருந்து எதிரிகளின் அச்சம் மேலும் மேலும் அதிகரித்திருக்கக் கூடும் என்று அவர்களும் கைகொட்டிச் சிரிப்பார்கள். ஆனால் என்னுடைய கேப்டனும் என்னுடைய நண்பர்களும் நான் எதிரிகளை எப்படிப் பிடித்தேன் என்பதை அறிய மாட்டார்கள். அவர்களுக்கு எதிரி உடலின் மற்றப் பாகங்களை என்ன செய்கிறேன் என்றும் தெரியாது. எதிரிகளுக்கு நான் ஏற்படுத்திய அச்சத்தில் நான்கில் ஒரு பங்கைக்கூடக் கற்பனை செய்து பார்க்க முடியாது.

மண்ணின் வயிற்றிலிருந்து நான் வெளியில் வரும்போது, நான் மனிதாபிமானம் அற்றவனாக மாறிவிடுவேன் –என் சொந்த விருப்பத்தினால்தான்; கேப்டன் கட்டளையிட்டதனால் அல்ல. அந்நிலையை நான் சிந்தித்து, விரும்பி ஏற்றுக்கொண்டுவிடுவேன். பதுங்கு குழியிலிருந்து கர்ஜித்துக்கொண்டு நான் வெளியில் எகிறிக் குதிக்கும்போது பலரைக் கொல்ல வேண்டும் என்ற நோக்கம் இருக்காது. ஒருவனை மட்டுமே கொல்ல வேண்டும். அதுதான் என் நோக்கமாக இருக்கும். அவனை என் விருப்பப்படி திட்டமிட்டுப் பொறுமையாக, அவசரப்படாமல் கொல்ல

வேண்டும், நான் பூமியிலிருந்து இடது கையில் துப்பாக்கியோடும், வலது கையில் பட்டைக் கத்தியோடும் வெளியில் வரும்போது பதுங்கு குழியிலிருக்கும் சக நண்பர்களை ஏறெடுத்துப் பார்க்க மாட்டேன். அவர்களை எனக்குத் தெரியாது. என்னைச் சுற்றி அவர்கள் ஒவ்வொருவராகத் தரையில் வீழ்வார்கள். ஆனால் நான் ஓடிக்கொண்டே இருப்பேன். ஓடிக்கொண்டே சுடுவேன். முள்கம்பி வேலியின் கீழ் புகுந்து செல்வேன். நான் சுடும்போது தெய்வாதீனமாக – நான் விரும்பாமலேயே – யாரோ ஒருவனைக் கொன்றிருப்பேன். ஆனால் நானோ ஒரே ஒருவரைத்தான் தேடுவேன். ஒரே ஒருவரோடுதான் மோதுவேன். அதற்காகத்தான் நான் ஓடுவேன், சுடுவேன், தரையில் தவழ்ந்து சென்று எதிரில் தோன்றும் எதிரியின் முன் செல்வேன். அவர்களின் பதுங்கு குழியைப் பார்த்ததும் தவழ ஆரம்பிப்பேன். பின்னர் அசைவதை நிறுத்திவிடுவேன்; சடலம்போல் கிடப்பேன். அவர்களில் ஒருவனைப் பிடிக்கக் காத்திருப்பேன். பொந்திலிருந்து ஒருவன் வரட்டுமென்றிருப்பேன். மாலையில் போர் நிறுத்ததுக்குப் பின் துப்பாக்கிச் சூடு நின்று அமைதி நிலவும்வரை காத்திருப்பேன்.

துப்பாக்கிச் சூடுகள் அடங்கிய பின், குண்டுகள் ஏற்படுத்திய குழிகளிலிருந்து கட்டாயமாக எவனாவது ஒருவன் தன் பதுங்கு குழிக்குள் தஞ்சம் புகுவதற்காக வருவான். அச்சமயம் பார்த்து அவன் முழங்காலின் பின்புறத்தை என் பட்டைக் கத்தியால் வெட்டுவேன். அது ஒன்றும் பெரிய காரியமல்ல. ஏனெனில் அவன் நான் இறந்துவிட்டதாக நினைத்துக் கொண்டிருப்பான். அவனைப் பொறுத்தவரை நான் பிணங்களுக்கு மத்தியில் ஒரு பிணம். நான் வெட்டியவுடன் நான் ஏதோ வஞ்சம் தீர்ப்பதற்காக வந்த பேய் உரு என்று அவன் நினைத்துக்கொள்வான். திகில் அவனைப் பற்றிக்கொள்ளும். நான் வெட்டும்போது கூச்சலிட மாட்டான். கீழே சாய்ந்துவிடுவான். அவ்வளவுதான். அதன்பின் நான் அவனை நிராயுதபாணியாக்குவேன். முதுகுப் பக்கம் அவன் கைகளைக் கட்டுவேன். அது சில சமயங்களில் சுலபமாகவும் சில சமயங்களில் கஷ்டமாகவும் இருக்கும். சிலர் தாங்கள் இறக்கப்போகிறோம் என்று நம்ப மறுப்பார்கள். சிலர் எதிர்த்துப் போராடுவார்கள். அதுபோன்ற சமயங்களில் நான் ஒரே போடு போட்டு வீழ்த்திவிடுவேன். ஏனென்றால், எனக்கு வயது இருபதுதான். மேலும் படைத்தலைவன் சொல்வதுபோல், நான் ஓர் இயற்கை சக்தி. அவர்கள் சீருடையின் கைப்பகுதியைப் பிடித்தோ, அல்லது அவர்கள் காலணியைப் பிடித்தோ மெதுவாக இழுத்துப் போட்டுவிடுவேன். பின்னர், படைத்தலைவன் சொல்வதுபோல், இரண்டு பதுங்கு குழிகளுக்கிடையே உள்ள போர்க்களப் பொதுப் பகுதியில் அவனைக் குண்டுகள் துளைத்த

குழிகளிலும் தேங்கி நிற்கும் இரத்த வெள்ளத்திலும் இழுத்து வருவேன். பின்னர், படைத்தலைவன் சொல்வதுபோல், காற்றடித்தாலும், மழை பெய்தாலும், பனி பொழிந்தாலும், நான் அடித்துப் போட்டவன் கண்விழிக்கட்டுமென்று பொறுமையாகக் காத்திருப்பேன். குண்டு துளைத்த குழியின்மீது நான் இழுத்துவந்த எதிரி என்னைத் திசை திருப்பும் பொருட்டு எந்தச் சலனமும் வெளிப்படுத்தாமல் இருந்தால் நான் சற்று ஆசுவாசப்படுத்திக் கொள்வேன். நாங்கள் இருவருமே சற்று அமைதியாகக் காத்திருப்போம். அந்தச் சமயத்தில், நிலாவும் விண்மீன்களும் சிந்தும் ஒளியில் அவனைப் பார்த்துப் புன்னகைப்பேன். அப்போதுதான் அவன் அதிகப் பதற்றமின்றி இருப்பான். ஆனால் நான் புன்னகைக்கும்போது அவனிடம் எழும் கேள்வி என்னவென்று தெரியும்: 'இந்தக் காட்டுமிராண்டி என்னை என்ன செய்யப் போகிறான்? என்னைக் கடித்துத் தின்றுவிடப் போகிறானா? பாலியல் ரீதியாகத் துன்புறுத்தப் போகிறானா?' எதிரி என்ன நினைக்கிறான் என்பதை நான் எப்படி வேண்டுமானாலும் கற்பனை செய்துகொள்வேன். ஏனென்றால்,எனக்குத் தெரியும், எனக்குப் புரியும். அவன் நீல விழிகளைப் பார்க்கும்போது அவனை அச்சம் ஆட்கொண்டிருப்பது தெரியும். அந்த அச்சம் மரணம் குறித்த அச்சம், காட்டுமிராண்டித்தனம் குறித்த அச்சம், வன்புணர்வு குறித்த அச்சம், நரமாமிசம் உண்ணுவது குறித்த அச்சம். என்னைப்பற்றி மற்றவர்கள் என்ன சொல்லியிருக்கிறார்கள் என்பது தெரியும். அவன் என்னைப் பார்க்காமலேயே என்னைப்பற்றி என்ன நினைக்கிறான் என்பது தெரியும். நான் புன்னகைப்பதைப் பார்க்கும்போது மற்றவர்கள் சொன்னது நிஜம்தான் என்று நினைப்பான். நிலவொளி இருந்தாலும் இல்லாவிட்டாலும் என் பற்களைப் பார்க்கும்போது நான் அவனை உயிரோடு தின்றுவிடுவேன், அல்லது அதைவிடக் கொடூரமாக ஏதாவது செய்துவிடுவேன் என்று நினைப்பான்.

நான் என்னை ஆசுவாசப்படுத்திக்கொண்டு என் முன் நிற்கும் எதிரியை நிர்வாணமாக்கும்போதுதான் கொடூரம் நிகழும். நான் அவனுடைய சீருடையின் மேல்சட்டைப் பித்தான்களைக் களைய ஆரம்பிக்கும்போது அவன் கண்கள் கலங்க ஆரம்பிக்கும். மிக மோசமான ஒன்று நடக்கப் போகிறது என்ற அவன் அச்சத்தை என்னால் உணர முடியும். அவன் துணிவுள்ளவனாகவோ அல்லது மிரண்டுபோனவனாகவோ இருந்தாலும், வீரனாகவோ, கோழையாகவோ இருந்தாலும், நான் அவன் சீருடையை, அதன்பின் அவன் சட்டையைக் கழற்றி, நிலவொளியில் அல்லது மழைத் தூறலின்போது அல்லது பனி விழும்போது, அவன் வயிற்றை முண்டமாக்கும்போது அவன் கண்களைப் பார்ப்பேன். அவன் பார்வை மங்கும். எல்லோருக்கும்

அதுபோலத்தான். பெரியோர்களானாலும், சிறியோர்களானாலும், துணிவுள்ளவனாகிலும், துணிவற்றவனாகிலும், கர்வம் பிடித்தவனாக இருப்பினும் அச்சமயம் அவர்கள் பார்வை மங்குவதைப் பார்க்கலாம்.

அச்சமயம் மதெம்பா தியோப்பை நினைத்துத் தியானிப்பேன். ஒவ்வொரு தடவையும் அவன் தன்னைக் கொன்றுவிடும்படி கெஞ்சுவது என் காதில் வந்து விழும். மூன்று முறை அவன் கெஞ்சுவதைக் கேட்டும் நான் மனிதாபிமனவற்றவனாக நடந்து கொண்டது நினைவுக்கு வரும். இச்சமயம், நான் மனித நேயம் மிக்கவனாக இருக்க வேண்டும் என்று சொல்லிக்கொள்வேன். என் முன் இருக்கும் என் எதிரி மூன்று தடவை கெஞ்சட்டும் என்று காத்திருக்க மாட்டேன். என் நண்பனுக்குக் காட்டாத மனித நேயத்தை என் எதிரிக்குக் காட்டுவேன். மனிதாபிமானத்திற்காக!

நான் என் பட்டைக் கத்தியைத் தூக்கும்போது என் எதிரியின் நீல நிறக் கண்கள் முழுமையாக மூடிக்கொள்ளும். முதல் தடவை நான் அப்படிச் செய்யும்போது, என் முன்னால் இருந்த என் எதிரி எழுந்து ஓடும் முயற்சியில் எனக்குத் தன் காலால் ஓர் உதை விட்டான். அன்றிலிருந்து எதிரியின் கணுக்காலை முதலில் கட்டிவிடுவேன். என் வலது கையில் பட்டைக் கத்தியைப் பார்த்ததும் என் எதிரி தப்பித்து ஓடலாம் என்று நினைத்து கையையும் காலையும் உதைத்துக்கொள்வான். ஆனால் முடியாது. அது முடியாது என்று அவனுக்குத் தெரிய வேண்டும். காரணம், நான் போட்டிருந்த கட்டுகள் இறுக்கமானவை. இருந்தும் அவனுக்கு அப்படி ஒரு நம்பிக்கை. நான் அவனது வலிக்கு விரைவிலேயே முற்றுப்புள்ளி வைத்துவிடுவேன் என்ற நம்பிக்கையை அவனுடைய நீலநிறக் கண்களில் பார்ப்பேன் – முன்பு மதெம்பா தியோப்பின் கறுநிறக் கண்களில் பார்த்த அதே நம்பிக்கையை!

அவன் வெண்ணிற வயிறு ஏறி ஏறி இறங்கிக்கொண்டிருக்கும். அவனுக்கு மூச்சு வாங்கும். 'வீர்' என்று கத்தினாலும் வெளியில் சத்தம் கேட்காது. நான் அவனுக்குப் போட்டிருந்த கட்டு அவனை வாய் திறக்க முடியாமல் திணற வைக்கும். அப்படி அவன் கத்தும்போது நான் அவன் வயிற்றிலிருக்கும் எல்லா உறுப்புகளையும் வெளியில் எடுத்துக் காற்றில், மழையில், பனியில் அல்லது நிலவொளியில் பரப்பிவைப்பேன். அச்சமயம், அவன் கண்கள் முற்றிலுமாக மூடாமல் இருந்தால், நான் அவன் அருகில் படுத்து, அவன் முகத்தை என் பக்கம் திருப்பி, அவன் உயிர் விடுவதைப் பார்ப்பேன். பின் நிஜமான மனித நேயத்துடன் அவன் குரல்வளையை நெரித்துவிடுவேன். இரவில் எல்லா இரத்தமும் கறுப்புத்தான்.

4

கடவுள் சத்தியமாக, மதெம்பா தியோப் போர்க்களத்தில் வயிறு கிழிக்கப்பட்டு இறந்து கொண்டிருப்பதை நான் தேடிப் பிடிக்க அதிக நேரம் தேவைப்படவில்லை. என்ன நடந்தது என்று எனக்குத் தெரிந்தது, புரிந்தது. கை நடுக்கம் அடங்கி, நட்புரீதியில் அவன் தன்னைக் கொன்றுவிடக் கெஞ்சியபோது, அவன் எல்லாவற்றையும் சொல்லி விட்டான்.

இடது கையில் துப்பாக்கியோடும், வலது கையில் பட்டைக் கத்தியோடும், தன் முன் இருந்த எதிரிகளோடு சண்டையிட்டபோது – அதாவது, தனது காட்டுமிராண்டித்தனம் முழுமையும் வெளிப்படப் போரில் ஈடுபட்டிருந்த சமயத்தில்– எதிரிகளில் ஒருவன் பிணம்போல் படுத்திருந்தது அவன் கண்ணில் பட்டது. அவனைத் தாண்டிப் போகும்போது, அவனைக் குனிந்து பார்த்தான். முற்றிலும் செத்தவன்போல் பாசாங்கு செய்தவன் முன்பு சற்று நின்றான். அவனுக்கு ஒரு வினாடி சந்தேகம் வந்தது. கறுப்பர்களோ வெள்ளையர்களோ இறந்தால் அவர்கள் முகத்தில் சாம்பல் நிறம் பூத்திருக்கும். கீழே கிடந்தவனோ நாடகமாடுவது போல் மதெம்பாவுக்குத் தெரிந்தது. அவனைக் கொன்றுவிட வேண்டும். அலட்சியம் கூடவே கூடாது. பாதி இறந்த நிலையில் இருந்த அவனை முழுவதுமாக இறக்கச்செய்ய வேண்டும். அவ்வழி யைக் கடந்து செல்லும் சக போர்வீரன் ஒருவனுக்கு அங்கு கிடப்பவனால் அசம்பாவிதம் நிகழ்ந்துவிடக் கூடாது.

அவன் சக போராளிகள் பற்றியும், நண்பர்கள் பற்றியும் நினைக்கும்போது – அவர்களைப் பாதி இறந்த நிலையிலிருந்தவனிடமிருந்து காப்பாற்ற நினைக்கும்போது – அவனால் மற்றவர்களுக்கு,

குறிப்பாக, அவன் சகோதரனுக்கு மேலான நண்பனாகிய எனக்கு எவ்விதவிபரீதமும்ஏற்பட்டுவிடக்கூடாதுஎன்றுநினைக்கும்போது – மற்றவர்களுக்காகத் தான் விழிப்புடன் இருக்க வேண்டும் என்று சிந்தித்துக்கொண்டிருந்த வேளையில், அவன் தன்னுடைய பாதுகாப்பைப் பற்றி நினைக்கத் தவறிவிட்டான். மதெம்பா அதுபற்றிப் பொறுமையாக, அமைதியாக, முகத்தில் லேசான புன்னகையுடன் விளக்கினான். பாதி இறந்துவிட்டதாகப் பாசாங்கு செய்த அந்த எதிரி தன் கண்களை அகல விரித்துப் பார்த்துத் தன்னுடைய துப்பாக்கியோடு இணைந்திருந்த கத்தியால் திடீரென என் நண்பன் வயிற்றைக் கீழிருந்து மேலாகக் கிழித்துவிட்டான். அந்தக் கத்தியை அவன் அணிந்திருந்த பெரிய கோட்டில் மறைத்து வைத்திருந்திருக்கிறான். தன்னால் எதுவும் செய்ய இயலவில்லை என்பதையும்கூட மதெம்பா லேசான புன்னகையோடுதான் சொன்னான். இந்தக் கதையை அவனுக்கு இன்னும் அதிக வலி ஏற்படாத நேரத்தில், தன்னைக் கொன்றுவிடுமாறு எனக்கு முதல் அழைப்பு விடுக்கும் முன் சொன்னான். ஒரு கிழவனின் மகனான அல்ஃபா நிந்தியாயேவாகிய எனக்கு, அவன் சகோதரனுக்கு மேலான நண்பனான எனக்குத்தான் அந்த அழைப்பை விடுத்தான்.

மதெம்பா எதிர்த்துத் தாக்குவதற்கு முன் உயிராற்றலுடன் இருந்த அந்த எதிரி தப்பித்து ஓடி அவனது படைப் பிரிவில் கலந்துவிட்டான். மதெம்பாவின் முதல் கெஞ்சலுக்கும் இரண்டாவது கெஞ்சலுக்கும் இடைப்பட்ட நேரத்தில் ஓடிப் போய்விட்ட எதிரியைப் பற்றிய விவரங்களைக் கேட்டேன். "அவன் கண்கள் நீல நிறமாக இருந்தன" என்று மதெம்பா முனகினான். அப்போது நான் அவன் அருகில் சாய்ந்துகொண்டு இரும்புத் தகடையொத்திருந்த வானத்தையே உற்று நோக்கிக் கொண்டிருந்தேன். பின்னர் மீண்டும் கேட்டேன். அவன் சொன்னான்: "கடவுள் சத்தியமாக, அவன் கண்கள் நீல நிறமாக இருந்தன என்று மட்டுமே சொல்ல முடியும்." மேலும் மேலும் வற்புறுத்திக் கேட்டேன்: "அவன் உயரமாக இருந்தானா? குட்டையாக இருந்தானா? அழகாக இருந்தானா? அல்லது அருவருப்பாக இருந்தானா?" ஒவ்வொரு தடவையும், மதெம்பா சொன்னது இதுதான்: "நீ தேடிப்பிடித்து எதிரியைக் கொல்லத் தேவையில்லை. காலம் கடந்துவிட்டது. அவனுக்கு நல்ல நேரம். உயிர் தப்பி விட்டான். நீ இப்போது மீண்டும் ஒரு தடவை கொல்ல வேண்டியது மதெம்பாவைத்தான். அவன் உயிரைத்தான் போக்க வேண்டும்."

உண்மையைச் சொல்ல வேண்டுமானால், அவன் – அதாவது மதெம்பா, என் சிறு வயதுத் தோழன், என் சகோதரனுக்கும் மேலானவன் – சொன்னதை நான் காதில் வாங்கவில்லை.

கடவுள் சத்தியமாக, இன்று என் முன், பாதி இறந்ததுபோல் கிடந்த–நீலநிறக் கண்கள் கொண்ட–அந்த எதிரியின் வயிற்றைக் கிழிக்க வேண்டும் என்று மட்டும்தான் நினைத்தேன். என் நண்பன் மதெம்பாவைப் பற்றிக் கவலைப்படாமல், என் எதிரில் கிடந்தவனின் வயிற்றிலிருந்து குடலை உருவுவதற்கு மட்டுமே நினைத்தேன். பழிவாங்க வேண்டுமென்று ஒரு குரல் சொல்லிக்கொண்டே இருந்தது. அன்று மதெம்பா இரண்டாவது முறையும் கெஞ்சினான்: "நீலநிறக் கண்கள் கொண்ட அந்த எதிரியை மறந்துவிடு. இப்போது என்னால் வலியைத் தாங்க முடியவில்லை. என்னைக் கொன்றுவிடு. நாம் இருவருக்கும் ஒரே வயது. ஒரே நாளில் 'சுன்னத்' செய்துகொண்டோம். என் வீட்டில் நீ தங்கியிருந்திருக்கிறாய். உன் கண்ணெதிரில் நான் வளர்ந்தேன். என் கண்ணெதிரில் நீ வளர்ந்தாய். நீ என்னைக் கேலி செய்யலாம். உன் முன்னால் நான் அழுது புலம்பலாம். நான் உன்னிடம் எது வேண்டுமானாலும் கேட்கலாம். நாம் சகோதரர்களுக்கும் ஒரு படி மேல், ஏனென்றால், இந்த உறவை நாமாகத் தேர்ந்தெடுத்துக்கொண்டோம். ஆகவே தயவுசெய்து என்னை இந்த நிலையில் சாகவிடாதே. என் குடலெல்லாம் வெளியில் வந்துவிட்டது. வயிற்றை ஏதோ ஒன்று கடித்துக் குதறிக்கொண்டிருக்கிறது. இச்சமயத்தில், நீலக் கண்களையுடைய அந்த எதிரி குட்டையானவனா, நெட்டையானவனா, அழகானவனா, அருவருப்பானவனா என்றெல்லாம் தெரியாது. அவன் நம்மைப்போல் இளைஞனா, அல்லது நம் பெற்றோர்களைப் போல் வயது முதிர்ந்தவனா என்றும்கூடத் தெரியாது. அவனுக்கு நல்ல நேரம், அவன் தப்பித்துவிட்டான். இப்போது அவன் முக்கியம் அல்ல. நீ என்னுடைய சகோதரன் என்றால் சிறு வயது நண்பன் என்றால் எனக்குப் பழக்கமான சிநேகிதனென்றால் நான் என் தாய் தந்தையைப் போலவே உன்னை நேசிப்பது உண்மையானால் உன்னை இரண்டாவது முறையாகக் கெஞ்சிக் கேட்கிறேன்; என் குரல்வளையை நெரித்துவிடு. நான் புலம்புவதைச் சின்னப் பையன்போல் ரசித்துக்கொண்டிருக்கிறாயா? என்னுடைய மானம் மரியாதை எல்லாம் என்னை விட்டுப் போவது உனக்கு விளையாட்டாக இருக்கிறதா?"

நான் அதையெல்லாம் கேட்டுக்கொள்ள மறுத்துவிட்டேன்.

மறுத்துவிட்டேன். ஆம், மறுத்துவிட்டேன். என்னை மன்னித்துவிடு, மதெம்பா, என் நண்பா, என் சகோதரனுக்கு மேலானவனே. நீ சொன்னதை என் இதயம் கேட்காமல் போனதற்கு என்னை மன்னித்துவிடு. நீலநிறக் கண்களுடைய அந்த எதிரியின்மீது என் கவனத்தைத் திருப்பியிருக்கக் கூடாது என்று இப்போது எனக்குத் தெரிகிறது, புரிகிறது. நீ இன்னும்

சாகாமல் இருக்கும்போது, உன் கண்ணீரும் கம்பலையும் என் மூளையை ஆக்கிரமித்து வஞ்சம் தீர்க்கத் தூண்டியதை நான் கண்டுகொள்ளாமல் இருந்திருக்க வேண்டுமென்பது இப்போது எனக்குத் தெரிகிறது, புரிகிறது. அதுமட்டுமன்று. வேறொரு வலுவான அதிகாரமிக்க குரலொன்றும் என்னுள் ஒலித்து உன் மரண வேதனையை மறக்கச் செய்தது. அது "எல்லோருக்கும் மேலான உன் நண்பனை – உன் சகோதரனுக்கும் மேலானவனை – நீ கொன்று விடாதே. அவன் உயிரைப் பறிப்பது உன் பொறுப்பன்று. நீ கடவுளின் கரமன்று. சாத்தானின் கரமுமன்று. நீயே அவனைக் கொன்றுவிட்டு – நீலநிறக் கண்ணுடைய எதிரியின் வேலையை நீயே செய்துவிட்டு – எவ்வாறு நீ மதெம்பாவின் பெற்றோர் முன் போய் நிற்பாய்?" என்று சொன்னது.

அந்தக் குரல் என் மனதில் ஓங்கி ஒலித்ததை நான் கேட்டிருக்கக் கூடாது என்று இப்போது எனக்குத் தெரிகிறது, புரிகிறது. நான் சுயமாகச் சிந்தித்திருக்க வேண்டும். அப்போதுதான் பிடித்துவந்த மீன்போல் நீ வாய் திறந்து மூச்சை இழுப்பதையும், வயிற்றை விட்டு வெளியில் வந்துவிட்ட குடலை உள்ளே தள்ள முடியாமல் கத்தியதையும் துடித்ததையும் புரண்டதையும் பார்த்துவிட்டு, நட்பின் அடிப்படையில் நான் உன்னைக் கொன்றிருக்க வேண்டும்.

5

சாமி சத்தியமாக, நான் ஈவிரக்கமின்றி இருந்து விட்டேன். என் நண்பன் கேட்டதை நான் செய்யவில்லை. என் எதிரி கேட்பதைச் செய்கிறேன். ஆகவே என்முன் தென்பட்ட எதிரியை நான் பிடித்துவிட்டால் – அவன் நீலநிறக் கண்களில் அவன் வாயால் அந்தப் போர்க்களத்தில் எழுப்ப முடியாத ஓலத்தைக் கண்டுவிட்டால் – அவன் பிளந்த வயிறு இரத்தமும் சதையுமான குழம்பாக இருக்குமானால், நான் காலம் தாழ்த்தாமல் அவன் கதையை முடித்து விடுவேன். இரண்டாவது தடவையாக அவன் கண்களில் கெஞ்சல் தென்பட்டால், அவன் குரல்வளையை ஆட்டைப் பலியிடுவதுபோல் அறுத்து விடுவேன். மதெம்பா தியோப்புக்குச் செய்யாததை நீலநிறக் கண்கள் கொண்ட என் எதிரிக்குச் செய்துவிடுவேன் – ஈவிரக்கத்தை வரவழைத்துக்கொண்டு!

பின்னர் அவன் வலது கையைப் பட்டைக் கத்தியால் துண்டாடிவிட்டு அவனுடைய துப்பாக்கியைப் பிடுங்கிக் கொள்வேன். அது அதிக நேரம் பிடிக்கும் சிரமமான வேலை. முள் வேலிகளையும், சேறு படிந்து பிசுப்பான மரச் சட்டங்களையும் கடந்து, நிர்வாணமாகத் தன் உடலைக் காட்டிக்கொண்டிருக்கும் ஒரு பெண்ணைப் போன்றிருக்கும் என் பதுங்கு குழிக்குத் திரும்பும்போது என் உடல் முழுவதும் எதிரியின் இரத்தம் படிந்திருக்கும். சேற்றாலும் இரத்தத்தாலும் உருவாக்கப்பட்ட சிலைபோல் இருப்பேன். என் உடலிலிருந்து வீசும் நாற்றத்தை எலிகள்கூடத் தாங்கிக்கொள்ள முடியாமல் ஓட்டமெடுக்கும்.

என்னுடைய நாற்றம் பிண நாற்றம். பிண நாற்றமானது உள்ளூறுப்புகள் புனிதமான உடலிலிருந்து வெளியேற்றப் படும்போது எழும் நாற்றம். வெளிக்காற்றில் உடலின் உள்ளூறுப்புகள்

– அவை மனிதனுடையதோ அல்லது விலங்கினுடையதோ – பாழடையும் தன்மை கொண்டவை. ஒரு மனிதன் மிகப்பெரிய செல்வந்தனாக இருக்கலாம்;அல்லது மிகவும் மோசமான ஏழையாக இருக்கலாம். ஒரு பெண் பேரழகியாக இருக்கலாம், அல்லது மிகவும் அருவருப்பானவளாக இருக்கலாம். ஒரு விலங்கு மிகவும் சாதுவாகவோ மட்டியாகவோ இருக்கலாம்; மிகவும் பலம் வாய்ந்ததாகவோ அல்லது நோஞ்சானாகவோ இருக்கலாம். எப்படி இருந்தாலும், இறந்த பின் உள்ளுறுப்புகள் அழுகி நாற்றம் வீசத் தொடங்கும். நான் முள்வேலிகளுக்கிடையே ஊர்ந்து வரும்போது பிணமொன்று அவற்றை நோக்கி அசைந்து வருவதாக எண்ணி எலிகள் ஓட்டமெடுக்கும். பதுங்கு குழிக்குள் நான் சென்று என் உடலையும் உடைகளையும் கழுவித் தூய்மைப்படுத்திக் கொள்ளும்போதும்கூட எலிகள் என்னை நெருங்குவதில்லை.

6

நான் வெட்டிக்கொண்டுவந்த நான்காவது கையைப் பார்த்ததுமே, என்னுடைய நண்பர்களும் சக போராளிகளும் என்னைப் பார்த்து அச்சப்பட ஆரம்பித்தனர். தொடக்கத்தில் அவர்கள் என்னோடு மனம் விட்டுச் சிரித்தனர். ஒரு துப்பாக்கியோடும் எதிரி ஒருவனுடைய கையோடும் திரும்பி வருவதை அவர்கள் வேடிக்கையாகப் பார்த்தனர். எந்த அளவுக்கென்றால், அவர்களே எனக்கு இன்னொரு பதக்கம் கொடுக்க நினைத்தார்கள். ஆனால், நான் வெட்டிக் கொண்டுவந்த நான்காவது கையைப் பார்த்ததும் ஒரு நமட்டுச் சிரிப்பு சிரித்தார்கள். வெள்ளைக்காரப் பட்டாளத்தான்கள் என்ன நினைத்தனர் என்பதை அவர்கள் பார்வையிலேயே உணர்ந்தேன். “இந்த ‘ஷொக்கோலா’– கறுப்பன் ஒரு தினுசானவன் போலிருக்கிறதே” என்றுதான் நினைத்தார்கள். மற்ற கறுப்புப் பட்டாளத்தான் களும், என்னைப்போல் மேற்கு ஆப்பிரிக்கக் கறுப்பினப் பட்டாளத்தான்களும் தங்களுக்குள் என்ன சொல்லிக்கொண்டார்கள் என்பதும் தெரிந்தது. அதையும் அவர்கள் பார்வையிலிருந்துதான் தெரிந்துகொண்டேன்: “செனெகலில், சேன் லுயி அருகிலிருக்கும் காந்தியோல் கிராமத்திலிருந்து வந்திருக்கும் அல்ஃபா நிந்தியாயே ஒரு மாதிரியான பேர்வழிதான். எப்போதிலிருந்து இப்படி ஆனான்?”

துபாப், ஷொக்கோலா – இப்படித்தான் படைத்தலைவன் எங்களைக் கூப்பிடுவது வழக்கம் – எப்போதும்போல் என் முதுகில் தட்டிக் கொடுப்பார்கள். ஆனால் அவர்கள் சிரிப்பும் புன்னகையும் மாறிவிட்டன. அவர்கள் மேலும் மேலும் அச்சத்தில் ஆழ்ந்தனர். நான் வெட்டிவந்த நான்காவது கையைப் பார்த்ததும் அவர்கள் தங்களுக்குள் ஏதோ முணுமுணுத்துக்கொண்டார்கள்.

முதல் மூன்று கைகளால் நான் புகழ்பெற்ற வீரனானேன். நான் திரும்பி வந்தபோது கூத்தும் கொண்டாட்டமுமாக இருந்தது. விருந்து கொடுத்தார்கள். வேண்டிய மட்டும் புகைப்பிடிக்க வழி செய்தார்கள். குளிப்பதற்கும் என் ஆடைகளைத் துவைப்பதற்கும் நிறையத் தண்ணீர் கொண்டு வந்து கொடுத்தார்கள். அவர்கள் பார்வையில் நன்றி கலந்திருப்பதை நான் உணர்ந்தேன். அவர்களுக்குப் பதில் நான்தான் காட்டுமிராண்டியாக நடித்துக்கொண்டிருந்தேன் – என் நடிப்பு சற்று அளவுக்கு மிஞ்சியதாக இருந்ததென்றாலும்கூட, மற்றவர் ஆணையை மதிக்கும் காட்டுமிராண்டியாகத்தான் நடந்துகொண்டேன். என் முன்னே இருக்கும் எதிரியின் காலும் தலையும் நடுநடுங்க வேண்டும்.

தொடக்கத்தில் என்மீது வீசிய பிண நாற்றத்தை – நர மாமிசம் விற்பவன்மீது வீசிய நாற்றத்தை – என் சகபோராளிகள் கண்டு கொள்ளவில்லை. ஆனால், நான் நான்காவதாகக் கையை வெட்டிக் கொண்டுவந்தது முதல் அந்த நாற்றத்தை அவர்களால் பொறுத்துக்கொள்ள இயலவில்லை. அவர்கள் தொடர்ந்து விருந்து கொடுத்தார்கள். புகைப்பிடிக்கத் துண்டு சிகரெட்களைத் தேடிப்பிடித்துக் கொண்டுவந்து கொடுத்தார்கள். குளிரிலிருந்து என்னைக் காத்துக்கொள்ள ஒரு போர்வை தந்தார்கள். ஆனால் அவர்களின் அரண்ட முகத்தில் ஒரு போலிப் புன்னகையை வரவழைத்துக்கொண்டுதான் இதையெல்லாம் செய்தார்கள். நிறையத் தண்ணீர் கொண்டுவந்து கொடுத்து என் உடலைக் கழுவிக்கொள்ள அவர்கள் உதவவில்லை. என்னுடைய போர் உடையை நானே துவைத்துக் கொள்ளும்படி விட்டுவிட்டார்கள். சிரித்துக்கொண்டே என் முதுகில் தட்டிக்கொடுக்க எவருமில்லை. உண்மையைச் சொல்ல வேண்டுமானால் நான் திடீரெனத் தீண்டத்தகாதவனாகிவிட்டேன்.

அதன்பின், எனக்கென்று ஒரு சாப்பாட்டுத் தட்டு, ஒரு பானை, ஒரு முள்கரண்டி, ஒரு தேக்கரண்டி ஆகியவற்றை நான் தங்கும் மூலையில் வைத்து விட்டார்கள். போர் நடக்கும் நாட்களில் மற்றவர்களெல்லோரையும்விடத் தாமதமாக நான் திரும்பி வந்தால், படைத் தலைவன் சொல்வதுபோல், காற்றடித்தாலும், மழை பெய்தாலும், பனி கொட்டினாலும் – உணவு விநியோகம் செய்பவன் அவற்றைப் போய் எடுத்துவரச் சொல்வான். சூப் பரிமாறும்போது மிகுந்த கவனத்துடன் இருப்பான். அவன் கரண்டி என் தட்டின் உள்பகுதியிலோ, வெளிப் பகுதியிலோ, ஓரத்திலோ பட்டுவிடாமல் பார்த்துக்கொள்வான்.

வதந்தி கிளம்பியது. பரவத் தொடங்கியது. அது துணிகளை அவிழ்த்துப் போட ஆரம்பிக்கும் ஒரு பெண்போல் ஆகிவிட்டது.

அந்தப்பெண் தன்மானத்தையும் வெட்கத்தையும் துறந்தாள். தொடக்கத்தில் ஒழுங்காகத்தான் இருந்தாள். தரமான ஆடையணிகலன்கள் அணிந்திருந்தாள். இப்போது அவள் கால்களைப் பரப்பியும் பின்புறத்தை உயர்த்தியும் வைத்திருந் தாள். அதனை நான் உடனே கவனிக்கவில்லை. மாற்றத்தை அனுமானிக்கவில்லை. அவள் என்ன திட்டம் போடுகிறாள் என்று எனக்குத் தெரியவில்லை. மற்றவர்கள் அவளைப் பார்த்திருந்தார்கள். ஆனால் எவரும் அதுபற்றிய தகவலைத் தெரிவிக்கவில்லை. பின்னர், ஒருவாறாகக் கிசுகிசுப்புகள் என் காதில் வந்து விழுந்தன. என் விநோதப் போக்கு சித்தபிரமையாகப் பார்க்கப்பட்டது. சித்தபிரமை மாந்திரீகமாகப் பார்க்கப்பட்டது. நான் ஒரு மாந்திரீகப் போர்வீரன்.

போர்க்களத்தில் பைத்தியக்காரர்கள் தேவைப்பட மாட்டார்கள் என்று சொல்லாதீர்கள். உண்மையில் பைத்தியக் காரர்களால்தான் எதையும் கண்டு பயப்படாமல் இருக்க முடியும். வெள்ளையர்களும் கறுப்பர்களும் பைத்தியக்காரர்களாக நடித்துத்தான் எதிரிகளின் குண்டுகளை எதிர்கொள்கிறார்கள். அதிகம் பயப்படாமல் இருப்பதற்கு அந்தப் பைத்தியக் காரத்தனம்தான் உதவுகிறது. கேப்டன் அர்மான் விசில் அடித்ததும், உயிருடன் மீண்டுவரும் வாய்ப்பு கொஞ்சமும் இல்லை என்று தெரிந்தபோதும், பூமியின் வயிற்றிலிருந்து பீறிட்டுக் கிளம்பி ஓடுவதற்குப் பைத்தியக்காரத்தனம்தான் தேவை. அது முற்றிலும் உண்மையே. மறுபக்கத்திலிருந்து எதிரியின் குண்டுகள் சாம்பல்நிற வானத்திலிருந்து மழைபோல் வரும்போது அவற்றிற்கு உங்கள் கூக்குரல்களைக் கண்டு பயம் ஏற்படப்போவதில்லை. அவை உங்கள் தலையில் புகுவதற்கும், உங்கள் எலும்புகளை நொறுக்குவதற்கும், சதையைக் கிழிப்பதற்கும், வாழ்க்கையை முடிப்பதற்கும் தயங்குவதில்லை. தற்காலிகப் பைத்தியக்காரத்தனம் குண்டுகளின் உண்மையை மறப்பதற்குப் பேருதவியாக இருக்கும். போர்க்களத்தில் தற்காலிகப் பைத்தியக்காரத் தனம் வீரத்தின் சகோதரி. தற்காலிகப் பைத்தியக்காரத்தனம் அல்லாமல் நிரந்தரப் பைத்தியக்காரத்தனத்தால்தான் மக்களை, ஏன் உங்கள் சக போர்வீரர்களையும்கூட அச்சுறுத்த முடியும். அப்போது நீங்கள் வீரனாகவும் எமனை ஏய்ப்பவனாகவும் இல்லாமல் அவன் நண்பனாகவும் கூட்டாளியாகவும் சகோதரனுக்கு மேலானவனாகவும் மாறிவிடுவீர்கள்.

7

இராணுவத்தினர் அனைவருக்கும் – அவர்கள் கறுப்பர்களாயினும் சரி, வெள்ளையர்களாயினும் சரி – நான் மரணதேவனாகிவிட்டேன். அவர்களுக் கெல்லாம் நான் ஒரு சூனியக்காரன்; மக்களின் உள் உறுப்புகளைத் தின்பவன். ஒரு 'தெய்ம்'. நான் எப்போதுமே அப்படித்தான் இருந்திருக்கிறேன். போர் அதனை வெளிப்படுத்திவிட்டது. மோசமான வதந்தியொன்று உலவ ஆரம்பித்தது. அதாவது, நான் என் சகோதரனுக்கு மேலான மதெம்பா தியோப்பின் உள் உறுப்புகளை அவன் இறப்பதற்கு முன்பாகவே தின்று விட்டேனாம். மிகவும் துணிச்சலான வதந்தி. என்னிடம் கவனமாக இருக்க வேண்டுமென்று பேசப்பட்டது. அந்த ஈவிரக்கமற்ற வதந்தியின்படி, நான் என் எதிரிகளின் உள்ளுறுப்புகள் மட்டுமன்றி, என் நண்பர்களின் உள்ளுறுப்புகளையும் தின்றுவந்தேனாம். வதந்தியைப் பரப்பிய சிலர் சொல்லியிருக்கிறார்கள்: 'ஜாக்கிரதை, கவனம் தேவை. அவன் வெட்டிவரும் கைகளை என்ன செய்கிறான்? நம்மிடம் காட்டுகிறான். அத்துடன் அவை மறைந்துவிடுகின்றன. ஆகவே, அவனிடம் ஜாக்கிரதையாக இருக்க வேண்டும், கவனம் தேவை.'

உண்மையைச் சொல்ல வேண்டுமானால், ஒரு வயோதிகரின் கடைசிப் பிள்ளையாகிய அல்ஃபா நிந்தியாயே என்னும் நான் ஒன்றை உணர்ந்தேன். என்னைச் சுற்றி மோசமான, வெட்கக் கேடான வதந்தி, தவறான வாழ்க்கை வாழும் ஒரு பெண்போலத் தொடர்ந்து வந்து கொண்டிருந்தது. இருப்பினும் அந்த ஆபாசமான வதந்தி என்னைத் தொடர்ந்துகொண்டிருப் பதைப் பார்த்த கறுப்பின இராணுவத்தினரும் வெள்ளையின இராணுவத்தினரும் என்னைப் பார்க்கும்போது புன்னகைத்தனர். எதுவும்

நடக்காததுபோல் பேச்சுக் கொடுத்தனர். அதாவது, வெளியில் இனிப்பாகவும், உள்ளுக்குள் திகிலுடனும் நடந்து கொண்டனர். கடுமையானவர்களும் துணிவுமிக்கவர்களும் ஈவிரக்கமற்றவர்களும்கூட அப்படித்தான் நடந்துகொண்டனர்.

கேப்டன் விசில் அடித்துப் பூமியில் பதுங்கி இருப்பவர்களை வெளியில் அழைத்து, அவர்களைத் தற்காலிகப் பைத்தியக்காரர்களாக ஆக்கி எதையும் கண்டுகொள்ளாத எதிரியின் குண்டுமழைக்குப் பலியாகச் செய்யும்போதுகூட எவரும் என் அருகில் வருவதைத் தவிர்த்தனர். வெப்பம் நிறைந்த பதுங்கு குழியிலிருந்து வெளியில் வந்து போரிடும்போதும், யாரும் என் பக்கம் நின்று போர் புரியவில்லை. குண்டடிபட்டுச் சாய்ந்துவிட நேர்ந்தாலும்கூட யாரும் என் பக்கத்தில் சாய்ந்து விழத் தயாராக இல்லை. போர்க்களத்தில் உண்மையில் நான் தனியனாகத்தான் நின்றேன்.

இப்படித்தான் நான்காவது கையை நான் வெட்டிவந்த பிறகு, மேற்கொண்டு வெட்டிவந்த கைகளினால் எனக்குத் தனிமையே மிஞ்சியது. புன்சிரிப்புகள், கண் சிமிட்டல்கள், கறுப்பரின – வெள்ளையரின இராணுவ வீரர்களின் ஊக்குவிப்புகள் ஆகியவற்றுக்கிடையே நான் தனிமையையே சந்தித்தேன். சத்தியமாகச் சொல்லப்போனால் சூனியக்காரப் பட்டாளத்தானின் பார்வை – மரணதேவனின் நண்பனது பார்வை – தங்கள்மீது படாமலிருக்குமாறு அவர்கள் பார்த்துக் கொண்டனர். நான் தெரிந்துகொண்டேன். எனக்குப் புரிந்து விட்டது. அவர்கள் அதிகம் சிந்திக்க மாட்டார்கள். ஆனால் ஒவ்வொரு பொருளுக்கும் இரண்டு முகங்கள் இருக்கின்றன என்ற நம்பிக்கை அவர்களிடம் நிச்சயமாக இருந்தது. அவர்கள் பார்வையில் நான் அதைப் படித்தேன். எதிரிகளின் உள்ளுறுப்புகளை விழுங்குவோர் அத்துடன் நிறுத்திக்கொண்டால் பரவாயில்லை. சக இராணுவத்தினர் உள்ளுறுப்புகளையும் விழுங்க ஆரம்பித்தால் அவர்களை நல்லவர்களாகக் கருத முடியாது. சூனியக்காரச் சிப்பாய்களைப்பற்றி நாம் எதுவும் சொல்ல இயலாது. அவர்களிடம் மிக மிகக் கவனமாக இருக்க வேண்டும். அவர்களைப் பார்த்துப் புன்முறுவல் செய்யலாம். அவர்களிடம் பொறுமையாகப் பல்வேறு விஷயங்களைப் பற்றிப் பேசலாம். ஆனால் அவர்களோடு ஓர் இடைவெளியைக் கடைபிடிக்க வேண்டும். அவர்களை ஒருபோதும் நெருங்கக் கூடாது, அவர்களைத் தொடக் கூடாது, உரசிச் செல்லக் கூடாது. தவறினால் சாவுதான். வாழ்வின் முடிவுதான்.

அதனால்தான், நான் வெட்டிவந்த சில கைகளுக்குப் பின்னர், கேப்டன் அர்மான் விசில் அடித்துப் போரை அறிவித்ததும்,

என் சக படைவீரர்கள் என் இரு புறமும் குறைந்தது பத்து அடியாவது தள்ளி நின்றனர். அவர்களில் சிலர் பதுங்கு குழியிலிருந்து கூச்சலிட்டுக்கொண்டு வெளியில் வரும்போது, என்னைப் பார்ப்பதைத் தவிர்த்தார்கள். அவர்கள் என்னைப் பார்த்தாலோ – அவர்கள் பார்வை என்மீது பட்டாலோ – அது மரணதேவனின் முகத்தை, கரங்களை, முதுகை, காதுகளை, கால்களைத் தொடுவதற்குச் சமமாகும் என்று தோன்றியிருக்க வேண்டும்.

சில விஷயங்களுக்கு மனிதர்கள் அபத்தமான விளக்கங்கள் கொடுக்கிறார்கள். நான் இப்போது அதுபற்றியெல்லாம் சிந்திக்கும்போது எனக்குத் தெரிகிறது, எனக்குப் புரிந்துவிட்டது. போராடிக்கொண்டிருக்கும் என் சகோதர இராணுவத்தினர் – அவர்கள் வெள்ளையராக இருப்பினும், கறுப்பர்களாக இருப்பினும் – தங்கள் இறப்புக்குப் போர் காரணம் இல்லை யென்றும், ஒரு தீய பார்வையே காரணம் என்றும் நம்புகின்ற மன நிலையில் இருந்தார்கள். எதிரிகள் வீசிய ஆயிரமாயிரம் குண்டுகள் தங்கள்மீது எதேச்சையாக விழுந்து தங்களைக் கொன்றுவிட்டன என்று அவர்கள் நம்பத் தயாராக இல்லை. எதேச்சை என்பது அவர்களைப் பொறுத்தவரையில் அபத்தம். அவர்களுக்கு யாரையாவது குற்றம் சொல்ல வேண்டும். தங்களை வீழ்த்தும் எதிரியின் குண்டு கொடூரமான ஒருவனால், தீய எண்ணத்துடன், கேடு விளைவிக்கும் நோக்கத்துடன் தங்கள்மீது படும்படி செலுத்தப்பட்டிருக்கும் என்பது அவர்கள் நம்பிக்கை. அந்தக் கொடூரமான, தீய எண்ணம் கொண்ட, கேடு விளைவிக்கும் ஒருவன் நான் மட்டுமே. சத்தியமாக அவர்கள் எண்ணுவது தவறு. ஆனால் அவர்கள் அப்படி எண்ணுவதற்குக் காரணம் இருந்தது. இத்தனை தாக்குதலுக்குப் பின்னும் நான் உயிரோடு இருந்தேன்; ஒரு குண்டுகூட என்மீது விழாமலிருப்பதற்குக் காரணம், நான் ஒரு சூனியக்கார இராணுவத்தினன். அவர்கள் இன்னும் மோசமாக நினைத்தார்கள். அவர்கள் பார்வையில், என் சக போராளிகள் மீது விழுந்த குண்டுகள் உண்மையில் என்மீது வீசப்பட்டவைதான்!

ஒவ்வொரு நிகழ்வுக்கும் மனிதன் அபத்தமான முறையில் ஒருவரைப் பொறுப்பேற்க வைக்க முயற்சிக்கிறான். சுருக்கமாகச் சொல்ல வேண்டுமானால் அதுதான் உண்மை. நான் விரும்புவதை நினைக்கும் இத்தருணத்தில், எனக்குத் தெரிகிறது; எனக்குப் புரிகிறது. அவர்கள் கறுப்பராயினும் வெள்ளையராயினும், என் சக இராணுவ வீரர்கள் நினைப்பது என்னவென்றால், அவர்கள் உயிர் அழியப் போவது போரினாலன்று, தீய பார்வையினால்தான்.

எதிரிகள் வீசும் ஆயிரமாயிரம் குண்டுகளில் ஒன்று யதேச்சை யாக அவர்களைக் கொன்று விடும் என்று நம்புவதற்கு அவர்கள் தயாராக இல்லை. யதேச்சையான நிகழ்வுமீது அவர்களுக்கு நம்பிக்கை இல்லை. யதேச்சை நிகழ்வென்பது அபத்தம். எதுவானாலும் அதற்கு ஒருவர் பொறுப்பேற்க வேண்டும். எதிரியின் குண்டு யாரோ ஒருவரால் குறிவைத்துச் செலுத்தப்படுகிறது. செலுத்துபவன் கெட்டவன், விஷமி, தீய நோக்கம் கொண்டவன். அந்தக் கெட்டவன், விஷமி, தீய நோக்கம் கொண்டவன் நான்தான். சத்தியமாக, அவர்கள் மிகக் குறைவாகவும் தவறாகவும் சிந்திக்கின்றனர். இத்தனை தாக்குதலுக்குப் பின்னும் நான் உயிரோடு இருக்கிறேனென்றால், இத்தனைக் குண்டுகளில் ஒன்றுகூட என்மீது படவில்லையென்றால், காரணம் நான் ஒரு சூனியக்காரன். தீமையைப் பற்றியும் நினைக்கிறார்கள். ஏராளமான நண்பர்கள் என்னால்தான் உயிரிழந்திருக்கிறார்கள், ஏனென்றால், என்மீது ஏவப்பட்ட குண்டுகள் அவர்கள்மீது விழுந்துவிட்டன.

அதனால்தான் சிலர் என்னைப் பார்த்து நயவஞ்சகச் சிரிப்பு சிரித்தார்கள். அதனால்தான், மற்றும் சிலர் என்னைப் பார்த்ததும் முகத்தைத் திருப்பிக்கொண்டார்கள். மேலும் சிலர் என் பார்வை அவர்கள்மீது படாமலிருக்க, தங்கள் கண்களை மூடிக்கொண்டார்கள். நான் தொடக்கூடாத ஓர் இனக்குறியீடுபோல் ஆகிவிட்டேன்.

மதெம்பா தியோப் குடும்பங்களுக்கெல்லாம் இனக்குறியீடாக இருப்பது மயில்தான். அவன் 'மயில்' என்பான். நான் 'கொண்டை வைத்த கொக்கு' என்பேன். "உன் இனக்குறி ஒரு பறவை. எங்களது, அதாவது, நிந்தியாயே குடும்பத்தின் இனக்குறி சிங்கம், ஒரு காட்டு விலங்கு. அது பறவையை விட உயர்வானது" என்பேன். என் சகோதரனுக்கு மேலான நண்பன் மதெம்பா தியோப்பிடம் அவனுடைய இனக்குறி கேவலமானது என்று சொல்வதுண்டு. எல்லாம் விளையாட்டாகத்தான். இதுபோன்ற விளையாட்டான உறவு எங்கள் இரண்டு வீடுகளுக்கும் குடும்பங்களுக்கும் இடையே முன்னொரு காலத்திலிருந்த பகையையும் பழிவாங்கும் எண்ணத்தையும் விரட்டியடித்தது. இதற்கு முன் இருந்துவந்த அவமதிப்புகள், காயங்கள் எல்லாம் இதுபோன்ற சீண்டலிலும் சிரிப்பிலும் மறைந்துபோயின.

இனக்குறியை விளையாட்டாக எடுத்துக்கொள்ள முடியாது. அதனைச் சீண்ட முடியாது. இனக்குறியாகப் போற்றப்படும் விலங்கை உண்ணக் கூடாது. தியோப் குடும்பத்தினுடைய இனக்குறியாகிய மயிலை – அல்லது கொண்டை வைத்த

கொக்கை – ஆபத்திலிருந்து காப்பாற்ற வேண்டும். எங்களுடைய, அதாவது நிந்தியாயே குடும்பத்துடைய இனக்குறியைக் காப்பாற்ற வேண்டிய அவசியம் இருக்காது. சிங்கம் எப்போதும் ஆபத்தில் இருப்பதில்லை. சிங்கங்கள் நிந்தியாயே குடும்ப உறுப்பினர்களை ஒருபோதும் அடித்துத் தின்றதில்லை என்று சொல்வார்கள். ஆகவே பாதுகாப்பு இரண்டு திசையிலும் செயல்படும். தியோப் குடும்பத்தினர் அவர்கள் இனக்குறியாகிய மயில் – அல்லது கொண்டை வைத்த கொக்கு – எதையும் கொன்று சாப்பிடும் வாய்ப்பில்லை என்று நினைக்கும்போது என்னால் சிரிக்காமல் இருக்க முடியாது. தியோப் குடும்பத்தினர் மயிலை, அல்லது கொண்டை வைத்த கொக்கைத் தங்கள் குலச் சின்னமாக ஏற்றுக்கொண்டது அவ்வளவு சாமர்த்தியமான தேர்வன்று எனச் சொல்லும்போது அவன் சிரித்ததைப் பார்த்தபோது நான் எனக்குள் சிரித்துக்கொள்வதுண்டு. மயில்கள் போலவே, "தியோப் குடும்பத்தினர் அலட்டிக்கொள்வார்கள். ஆனால் அவர்களிடம் முன்யோசனை கிடையாது. அவர்கள் குழுச்சின்னமும் அலட்டிக்கொள்ளும் பறவைதான்." இப்படி நான் கிண்டல் செய்யும்போது அவன் சிரித்துக்கொள்வான். "குழுச்சின்னத்தை நாம் தேர்வு செய்வதில்லை. நம்மைத்தான் குழுச்சின்னம் தேர்வு செய்கிறது" என்று சொல்லி விட்டுவிடுவான்.

துரதிர்ஷ்டவசமாக அவன் இறந்த நாளன்று காலையில் – கேப்டன் விசில் அடித்துத் தாக்குதல் அறிவிப்பதற்குச் சற்று முன்பு – நான் மதெம்பா தியொப்பிடம் அவன் குலச் சின்னம்பற்றிப் பேசினேன். அதனால்தான், அவன் எல்லோருக்கும் முன்பாக முதலில் பதுங்கு குழியிலிருந்து சத்தத்தோடு எகிறிக் குதித்து ஓடினான். தான் வெறுமனே அலட்டிக்கொள்பவனல்லன் என்றும் உண்மையில் துணிச்சல் மிக்கவன் என்றும் அவன் காட்டிக்கொள்ள விரும்பினான் போலும். என்னால்தான் அவன் எல்லோருக்கும் முன்னால் சென்றான். அவன் குலச் சின்னத்தினாலும், நான் செய்த கிண்டலாலும்தான் அவன் அன்று பாதி செத்த நிலையிலிருந்த நீலக் கண் எதிரி ஒருவனால் வயிறு பிளக்கப்பட்டு உயிர் நீத்தான்.

8

அன்றைய தினம் மதெம்பா தியொப், அவனிடம் அறிவு, ஞானம் எல்லாம் இருந்தும்கூடச் சிந்திக்கத் தவறிவிட்டான். அவன் குழுச் சின்னத்தை நான் கேலி செய்திருக்கக் கூடாது என்று இப்போது எனக்குத் தெரிகிறது, புரிந்துவிட்டது. அன்றைய தினம்வரை நான் போதுமானவரை சிந்திக்க வில்லை. நான் சொன்னதைப் பற்றிப் பாதிகூட யோசனை செய்யவில்லை. சகோதரனுக்கு மேலான ஒருவனைப் பதுங்கு குழியிலிருந்து மற்றவர்களைவிட அதிகமாகச் சீறிப் பாய்ந்து செல்ல விட்டிருக்கக் கூடாது. சகோதரனுக்கு மேலான ஒருவனைத் தற்காலிகப் பைத்தியக்காரத்தனத்தால் 'கொண்டை வைத்த கொக்கு' என்று கூறி ஒரு நிமிடம்கூட உயிர் பிழைத்திருக்க முடியாத இடத்துக்குப் பிடித்துத் தள்ளியிருக்கக் கூடாது. அது போர்க்களம். அங்கு ஆயிரம் ஆயிரம் வெட்டுக்கிளிகள் மாதக்கணக்கில், வருடக்கணக்கில் எல்லாவற்றையும் தின்று தீர்த்ததுபோல் இருந்தது அந்த இடம். அங்கு ஒரு புல்பூண்டுகூட முளைக்காது. ஆயிரமாயிரம் சிறு சிறு உலோகத் துண்டுகள் படிந்து எதையுமே பயிர்செய்ய விடாது. அது மொக்கையான நிலம். மாமிசம் தின்னும் விலங்குகளுக்குத்தான் அது உகந்தது.

இப்போது இதுதான் உண்மை. நான் நானாகவே சிந்திக்க ஆரம்பித்த பின் – நான் எதை வேண்டுமானாலும் சிந்திக்கலாம் என்று வந்தபின் – ஓர் உண்மை வெளிப்பட்டது. மதெம்பாவைக் கொன்றது எதிரியன்று; நான்தான்! மதெம்பா தன்னைக் கொன்றுவிடும்படி கெஞ்சியபோது நான் அதனைச் செய்யாமலிருந்ததற்குக் காரணம் எனக்குத்தெரிகிறது,புரிகிறது."ஒரு மனிதனை இரண்டு முறை கொல்ல முடியாது" என்று என் மனதிலிருந்து ஒரு குரல் முணுமுணுத்துக்கொண்டிருந்தது.

"போர் நடந்த தினத்தன்று, நீ உன் பால்ய நண்பனின் குலச் சின்னத்தைக் கிண்டல் செய்து, அவனைப் போர்க்களத்தில் சீறிப் பாயவைத்தபோதே நீ அவனைக் கொன்றுவிட்டாய்" என்றது அந்தக் குரல். "கொஞ்சம் பொறு, இன்னும் கொஞ்சம் பொறு. இன்னும் சற்று நேரத்தில் மதெம்பா இறந்தபின் உனக்குப் புரியும். அவன் தன்னைக் கொன்றுவிடும்படி கெஞ்சியபோது நீ அதைச் செய்யவில்லை. காரணம் என்னவென்றால், நீ தொடங்கிய ஒரு தீய செயலை, நீயே முழுமையாகச் செய்துவிட்டால், பின்னால் வருந்த வேண்டி இருக்கும் என்று நினைத்திருக்கிறாய்." அந்தக் குரல் மீண்டும் தொடர்ந்து "சற்றுப் பொறு. இன்னும் சற்று நேரத்தில், மதெம்பா பார்வையில் நீதான் கொலைகாரன் என்று புரிந்துவிடும். நீ அவனை வார்த்தைகளால் கொன்றாய். வார்த்தைகளால் அவன் வயிற்றைப் பிளந்தாய். வார்த்தைகளால் அவன் உள்ளுறுப்புகளை விழுங்கினாய்" என்றது.

நான் உயிர்களைக் குடிக்கும் 'தெய்ம்' என்றுதான் இன்னும் அந்தக் குரல் சொல்லவில்லை. என் மனதின் அடித்தளத்தில் இதையெல்லாம் நான் ஏற்றுக்கொள்வதே சரி என்று நினைக்கிறேன். ஆமாம். நான் ஒரு 'தெய்ம்'தான். மக்களின் உயிரை உறிஞ்சிக் குடிப்பவன்தான். ஆனால், அப்படி நினைத்த அடுத்த நிமிடமே நான் ஒரு 'தெய்ம்' ஆக இருக்க முடியாது என்றும் நினைத்தேன். அச்சமயம் நான் என்னை நானாக நினைக்கவில்லை. வெளியிலிருந்து வந்த பல்வேறு சிந்தனைகளுக்கு என் மனதைத் திறந்துவைத்திருந்தேன். அவற்றை என் சிந்தனைகள் என்று தவறாக நினைத்துக்கொண்டேன். நான் நினைப்பதைப்பற்றிக் கவலைப்படவில்லை. என்னிடம் அச்சம் கொண்டிருந்த மற்றவர் நினைப்பதைப் பற்றித்தான் கவலைப்பட்டேன். நாம் சுயமாகச் சிந்திக்கிறோம் என்று நினைக்கும்போது மற்றவர் நினைப்பதை நம் சிந்தனைக்குள் ஓசையின்றி நுழையவிடக் கூடாது. பெற்றோர் நினைப்பது, முன்னோர் நினைப்பது, நமக்குத் தெரியாமல் உடன்பிறந்தோர் நினைப்பது, நண்பர்கள் நினைப்பது, வேறு விதமாகச் சொல்லப் போனால் உன் எதிரிகள் நினைப்பது ஆகியவை உன் சிந்தனையில் புகுந்துவிடாமல் பார்த்துக்கொள்ள வேண்டும்.

ஆகவே நான் உயிரைக் குடிக்கும் 'தெய்ம்' இல்லை. என்னிடம் பயப்படுபவர்கள்தான் அப்படி நினைக்கிறார்கள். நான் காட்டுமிராண்டியும்கூட அல்ல. அப்படி நினைப்பது என் மேலதிகாரியும், நீல நிறக் கண்கள் கொண்ட எதிரிகளும்தான். நான் சொந்தமாக நினைத்தது என்னவென்றால், அவன் குலச் சின்னத்தை நான் கேலிசெய்ததும் அது பற்றி நான் கடுஞ்சொற்கள் பயன்படுத்தியதுதான் மதெம்பாவின் சாவுக்குக் காரணம்.

என்னுடைய ஓயாத வாய்தான். எனக்கு அவன் துணிவு மிக்கவன் என்று தெரிந்திருந்தபோதும், அவன் அதை நிரூபிக்கும் வண்ணம் பதுங்கு குழியிலிருந்து சீறிப் பாய்ந்து வெளியில் வந்தான். எனக்குள் எழும் கேள்வி, 'நான் ஏன் என் சகோதரனுக்கும் மேலான நண்பனின் குலச் சின்னத்தைக் கேலி செய்தேன்' என்பதுதான். போர் நடந்த தினத்தன்று என் மனதிலிருந்து வாய் வழியே ஏன் இத்தனை சுடுசொற்கள் புறப்பட்டன என்பதற்கு விடை கிடைக்கவில்லை.

சத்தியமாக நான் என் சகோதரனுக்கு மேலான நண்பன் மதெம்பாவை நேசித்தேன். அவன் செத்துவிடுவான் என்று பயந்தேன். நாங்கள் இருவரும் பத்திரமாக எங்கள் ஊரான காந்தியோல் போய்ச்சேர வேண்டுமென விரும்பினேன். நாங்கள் கையோடு கை சேர்த்து நின்றதுண்டு. தோளோடு தோள் சேர்த்துச் சென்றதுண்டு. எதிரிகளை நோக்கிச் சீறிப் பாயும்போது ஒரே வேகத்தில் பாய்ந்ததுண்டு. துப்பாக்கிகளைச் சுடும்போது ஒரே குறியை நோக்கிச் சுட்டதுண்டு. நாங்கள் இருவரும் ஒரு தாய் வயிற்றில் பிறந்த இரட்டையர்கள்போல் உறவாடினோம்.

சத்தியமாகச் சொல்கிறேன், எனக்குப் புரியவில்லை. இல்லை. புரியவே இல்லை. எதற்காக ஒருநாள், மதெம்பா தியோப் துணிவற்றவனென்றும், உண்மையான போராளியில்லை யென்றும் சூசகமாகக் கூறினேன் என்று இன்றுவரை புரிய வில்லை. சுயமாகச் சிந்தித்ததால் எல்லாவற்றையும் புரிந்து கொண்டேன் எனச் சொல்ல முடியாது. சத்தியமாகச் சொல்கிறேன். எதற்காக, இரத்தம் சிந்தச் செய்யும் போர் நடந்த ஒருநாள், எவ்விதக் காரணமுமின்றி அவன் இறந்துவிடக் கூடாது, நாங்கள் இருவரும் காந்தியோல் என்னும் எங்கள் ஊருக்குப் பத்திரமாகப் போய்ச்சேர வேண்டுமென்று நினைத்துக்கொண்டிருந்த நேரத்தில், என் நண்பன் மதெம்பா தியோப்பை நான் வார்த்தைகளால் கொன்றேன் என்பதைப் புரிந்துகொள்ள முடியவில்லை.

ஆத்ம சகோதரன்

9

ஏழாவதாக வெட்டிய கை வந்ததும், அவர்களுக்குப் போதும்போதுமென்றாகிவிட்டது. அனைத்து இராணுவத்தினருக்கும் அதே மனநிலைதான் – அவர்கள் படைத் தலைவராக இருப்பினும் சரி, இல்லையெனினும் சரி. நான் களைப்படைந்திருக்கிறேன் என்றும், எனக்கு எப்படியாவது ஓய்வு தேவை என்றும் என் கேப்டன் அர்மான் சொன்னான். இதைச் சொல்வதற்கு அவன் தங்கியிருந்த இடத்திற்கு என்னை அழைத்திருந்தான். அங்கு என்னைவிட வயதான – என்னைவிட அதிகப் பதக்கங்கள் வாங்கியிருந்த ஒரு 'ஷொக்கோலா' இராணுவத்தினன் இருந்தான். வயதாகி, உற்சாக மின்றி இருந்த அவன் கேப்டன் சொல்வதை யெல்லாம் வொலோஃப் மொழியில் எனக்கு மொழிபெயர்த்துச் சொன்னான். அவ்வயோதிகனும் நான் ஒரு 'தெய்ம்' என்று நினைத்து என்னைக் கண்டு பயந்து நடுங்கினான். என்னை அவன் நேராகப் பார்க்கவில்லை. இடது கையைத் தன் பாக்கெட்டில் விட்டு மந்திரித்த தாயத்து ஒன்றைத் தடவிக்கொண்டிருந்தான்.

நான் அவன் உடலின் உள்ளுறுப்புகளை உறிஞ்சிக் குடித்து, அவன் உயிரை மாய்த்துவிடுவேன் என்ற பயம் மற்றவர்களைப் போலவே அவனுக்கும் வந்துவிட்டது. மற்றவர்களைப் போலவே, காலாட்படையைச் சேர்ந்த இப்ராஹிமா சேக் எங்கள் பார்வையைச் சந்திக்கும்போது நடு நடுங்கினான். அன்று இரவு, அதிக நேரம் பிரார்த்தனை செய்தான். தன்னைக் காத்துக்கொள்வதற்கும், தன்மீது என் காற்று பட்டுவிடாமலிருப்பதற்கும் அன்று இரவு அவன் அதிக நேரம் தன் ஜெப மாலையை உருட்டிக்கொண்டிருந்தான். தன்னைத் தூய்மைப்படுத்திக்கொண்டான். படைத் தலைவன்

பேச்சை எனக்கு மொழிபெயர்த்துத் தருவதற்கு, வயதில் மூத்தவனான இப்ராஹிமா சேக் அச்சத்தில் உறைந்து நின்றான். ஒரு மாதம் முழுதும் நான் படையின் பின்வரிசையில் கழிப்பதற்கு எனக்காக ஒரு சிறப்பு அனுமதி வழங்கப் பட்டிருக்கிறது என்று சொல்வதற்கு அஞ்சினான். ஏனென்றால், படைத்தலைவனின் அந்த ஆணை எனக்குச் சாதகமானதன்று என அவன் நினைத்தான். உணவக அறையிலிருந்தும், என் இரைகளிடமிருந்தும், என் வேட்டையாடும் களத்திலிருந்தும் என்னை விலக்கிவைப்பது எனக்குப் பிடிக்காது என்பது அவனது எண்ணம். அது என் போன்ற சூனியக்காரனைக் கோபம் கொள்ளச் செய்யும் என்று நினைத்தான். உண்மையாகவே, ஒரு சூனியக்காரப் பட்டாளத்தானுக்கு ஒரு மாதம் முழுவதும் இரை கிடைக்காமல் செய்வது – அவன் போர்க்களத்தில் மாய்ப்பதற்கு உயிர்கள் இல்லாமல் செய்வது போன்ற நடவடிக்கைகளைச் செய்து விட்டுத் தப்பிப்பது சுலபமான விஷயமன்று. என்னுடைய இழப்புகளுக்கெல்லாம் அவனைத்தான் பொறுப்பாக்குவேன் என்று இப்ராஹிமா சேக் நினைத்தான். ஆகவே, அப்பொறுப்பி லிருந்து தான் விலகிக்கொள்வதற்கும், என் கோபத்தின் பின்விளைவுகளிலிருந்து தப்பித்துக்கொள்வதற்கும் – தன்னுடைய போர்ப் பதக்கத்தைத் தன் பேரப்பிள்ளைகளிடம் காட்டிப் பெருமைப் பட்டுக்கொள்வதற்கும் அவன் மொழிபெயர்த்த ஒவ்வொரு வாக்கியத்தின் முன்னும் "கேப்டன் சொல்கிறார் . . ." என்று சேர்த்துக்கொண்டான். "கேப்டன் உனக்கு ஓய்வு தேவை என்றும் கேப்டன் நீ மிக மிகத் துணிவு மிக்கவன், ஆனால் நீ மிகவும் களைப்படைந்திருக்கிறாய் என்றும் சொல்கிறார். உனக்கும் எனக்குக் கிடைத்த பதக்கம்போல் ஒரு பதக்கம் கிடைக்கும் என்று கேப்டன் சொல்கிறார். ஆ, உனக்கு ஏற்கெனவே ஒரு பதக்கம் கிடைத்துவிட்டதல்லவா ? அப்படியானால் மேலும் ஒரு பதக்கம் உனக்குக் கிடைக்க வாய்ப்பிருப்பதாகச் சொல்கிறார்."

சரிதான். எனக்கு ஒன்று தெரிந்துவிட்டது, புரிந்துவிட்டது. கேப்டன் அர்மான் நான் போர்க்களத்தில் இருப்பதை விரும்பவில்லை. இப்ராஹிமா சேக் சொன்னதைக் கேட்கும்போது எனக்குத் தெரிந்து விட்டது, புரிந்துவிட்டது. வெட்டிய கைகளை நான் கொண்டுவருவது போதும் போதுமென்றாகிவிட்டது. கடவுள் எனக்கு ஒன்றை உணர்த்தினான். போர்க்களத்தில் தற்காலிகப் பைத்தியக்காரத்தனம்தான் தேவை. வெறி, வேதனை, சீற்றம் எல்லாம் தற்காலிகமாக இருக்க வேண்டும். ஆனால் தொடர்ந்து இருக்கலாகாது. தாக்குதல் முடிந்ததும் வெறி, வேதனை, சீற்றம் அனைத்தையும் மூட்டை கட்டிவிட வேண்டும். வேதனையைப் பொறுத்துக் கொள்ளலாம். வேதனையோடு

பதுங்கு குழிக்குச் செல்லலாம். ஆனால் வெறியுடனும் சீற்றத்துடனும் அங்கு செல்லக் கூடாது. சட்டையைக் கழற்றுவதுபோல் வெறியையும் சினத்தையும் வெளியில் விட்டுவிட்டுச் செல்ல வேண்டும். படைத் தலைவன் விசில் அடித்து ஓய்வெடுக்கச் செல்லலாம் என்றதும், பைத்தியக்காரத்தனம் கூடவே கூடாது.

எனக்கு ஒன்று தெரிந்தது, நன்றாகவும் புரிந்தது. படைத் தலைவனும் போர்ப் பதக்கம் பெற்ற இப்ராஹிமா சேக்கும் நாங்கள் தங்கியிருந்த இடத்தில் போர்ச் சீற்றம் பரவுவதை விரும்ப வில்லை. கடவுள் சத்தியமாக, நான் வெட்டிக்கொண்டு வந்த ஏழு கைகளும் அமைதியான இடத்தில், கெஞ்சல்களையும் கதறல்களையும் கொண்டுவந்து நுழைத்தன என்பது எனக்குப் புரிந்துவிட்டது. வெட்டிக்கொண்டுவந்த எதிரியின் கையைப் பார்க்கும் எவனுக்கும் ‘இது என்னுடையதாக இருந்தால்?’ என்னும் கேள்வி எழுவதைத் தவிர்க்க முடியாது. அதேபோல் ’இந்தப் போரை இத்துடன் நிறுத்திக்கொள்வதே மேல்’ என்ற எண்ணம் உருவாவதையும் தடுக்க முடியாது. உண்மையைச் சொல்லப்போனால், போருக்குப் பின், எதிரியிடம் கருணை பிறக்கிறது. எதிரியின் அச்சத்தைக் கண்டு நாம் நீண்ட நாள் மகிழ முடியாது. ஏனெனில் நமக்கே பயம் பற்றிக்கொள்கிறது. வெட்டிவந்த கைகள் அச்சத்தை வெளியிலிருந்து பதுங்கு குழிக்குள் அழைத்து வருகின்றன.

“கேப்டன் அர்மான் மீண்டும் ஒரு முறை உன்னுடைய வீரச் செயலுக்கு நன்றி சொன்னார். அவர் உனக்கு ஒரு மாதம் விடுமுறை அளிப்பதாகச் சொல்கிறார். நீ வெட்டிவந்த கைகளை எங்கே . . . பதுக்கி . . . வைத்திருக்கிறாய் என்பதைத் தெரிந்து கொள்ள விரும்புகிறார் கேப்டன்.”

உடனே கொஞ்சம்கூடத் தயங்காமல் “கைகள் என்னிடம் இல்லை” என்று சொல்லிவிட்டேன்.

10

சத்தியமாகச் சொல்கிறேன். என்னுடைய கேப்டனும் என்னைவிட மூத்தவனான இப்ராஹிமா சேக்கும் நான் முட்டாள் என்று நினைத்தார்கள். நான் சற்று வித்தியாசமான பேர்வழியாக இருக்கலாம், ஆனால் முட்டாள் இல்லை. வெட்டிய கைகளை மறைத்திருக்கும் இடத்தை ஒருபோதும் சொல்ல மாட்டேன். அவை எனக்குச் சொந்தமான கைகள். நீலநிறக் கண்ணுடைய அவற்றின் உரிமையாளர்கள் யார் என்று எனக்குத் தெரியும். ஒவ்வொரு கையின் பூர்வீகமும் எனக்குத் தெரியும். அதன்மேல் உள்ள ரோமங்கள் மஞ்சளாக அல்லது சாம்பல் நிறமாக இருக்கும். கறுப்பு நிறமாக இருப்பது அரிது. சில கைகள் சதைப் பற்றோடு இருக்கும். சில கைகள் சுருங்கிப் போயிருக்கும். கைகளிலிருந்து பிடுங்கிய நகங்கள் கறுப்பாகிவிடும். ஒரு கை மற்றக் கைகளைவிடச் சின்னதாக இருந்தது – ஒரு பெரிய குழந்தை அல்லது ஒரு பெண்ணின் கை போல. கொஞ்சம் கொஞ்சமாகக் கைகள் விறைப்பாகிவிடும். பின்னர் அழுகிவிடும். ஆதலால் அவற்றைப் பாதுகாப்பதற்காக, இரவில் யாருக்கும் தெரியாமல் எங்கள் பதுங்கு குழியின் சமயலறைக்குச் சென்று அவற்றின்மீது உப்பைத் தடவிப் பின்னர் சுடுசாம்பலில் சிறிது நேரம் புதைத்து வைப்பேன். மறுநாள் அதிகாலையில் சென்று அவற்றை எடுத்து வந்துவிடுவேன். அதேபோல் அடுத்த நாளும் அவற்றின்மீது உப்பைத் தடவி வைப்பேன். இப்படியாக அவை கருவாடுபோல் ஆகிவிடும். எங்கள் ஊரில் மீனைப் பதப்படுத்திப் பாதுகாக்கும் முறையை நீலநிறக் கண்ணுடைய இராணுவத்தினரின் கைகளுக்குப் பயன்படுத்தினேன்.

இப்போது என்னிடம் எட்டுக் கைகளில் ஏழு கைகள்தான் இருந்தன. ழான் பத்தீஸ்த் என்ற நண்பனின் விளையாட்டுத் தனத்தால் வந்த வினை இது. மீதமிருந்த ஏழு கைகளும் தங்களது

தனித்தன்மையை இழந்துவிட்டன. ஒட்டகத்தின் தோல் போல அவை வழவழப்பாகப் பாடம் பண்ணப்பட்டதுபோல் இருந்தன. அவற்றின்மீது சிவப்பு முடியோ செம்பட்டை முடியோ கருத்த முடியோ இல்லை. நிச்சயமாக அவற்றின் மீது சிகப்புத் தழும்புகளோ மருக்களோ இல்லை. எல்லாமே அடர் பழுப்பு நிறமாகப் பாடம் பண்ணப்பட்டவைபோல் இருந்தன. சதை அழுகிப்போக வாய்ப்பில்லை. நாற்றத்தை வைத்து எவரும் அவற்றைக் கண்டுபிடிக்க இயலாது.

என்னிடம் ஏழு கைகள் மட்டும் இருந்ததற்குக் காரணம் என் நண்பன் ழான் பத்தீஸ்த்தான். அவன் ஒரு கோமாளி. விளையாட்டுத்தனம் மிக்கவன். அவன்தான் ஒரு கையைத் திருடிவிட்டான். போகட்டுமென்று விட்டுவிட்டேன். அவன் திருடியது முதன்முதலாக நான் வெட்டிவந்த கை. அது அழுகிப்போக ஆரம்பித்தது. அதனை எப்படிப் பாதுகாப்பது என்று எனக்குப் புரியவில்லை. எங்கள் கிராந்தியோஸ் கிராமத்தில் மீனை எப்படிப் பதப்படுத்தி வைப்பார்கள் என்பது எனக்கு இன்னும் நினைவுக்கு வரவில்லை.

எங்கள் ஊர் கிராந்தியோலில் கடல் மீன், ஆற்று மீன் ஆகியவற்றைப் பாதுகாத்துவைப்பதற்கு, அவற்றில் உப்புச் சேர்த்துச் சூரிய ஒளியிலும், பின்னர் புகைமூட்டத்திலும் வைப்பார்கள். இங்கு உண்மையான சூரிய ஒளி கிடையாது. எதையும் காயவைக்க முடியாது. சூரிய ஒளி குளிர்ந்ததாகத்தான் இருக்கும். சேறு சேறாகவே இருக்கும். இரத்தம் காய்ந்து போகாது. எங்கள் சீருடைகளை நெருப்பில் காட்டித்தான் காயவைக்க வேண்டும். அதற்காகவே நெருப்பைப் பற்றவைப்பார்கள். நெருப்பு நாங்கள் குளிர்காய்வதற்கன்று, எங்கள் துணிகளைக் காயவைப்பதற்குத்தான்.

ஆனால் நாங்கள் பதுங்கு குழியில் ஏற்றிவைக்கும் நெருப்பு குறைந்த அளவில்தான் இருக்கும். பெரிய அளவில் இருக்கக் கூடாது என்பது இராணுவத் தலைவனின் ஆணை. நெருப்பில்லாமல் புகையாது என்பான் அவன். எங்களிடமிருந்து சின்னப் புகையைப் பார்த்துவிட்டால் – அது எங்கள் சிகரெட் புகையாக இருந்தாலும்கூட – எதிரிகளின் நீலக் கண்கள் கண்டுபிடித்து, எங்களைக் குறிவைத்துச் சுடத் தொடங்கிவிடுவார்கள். எங்களைப் போலவே எதிரிகளும் பதுங்கு குழி பக்கம் தாறுமாறாகக் குண்டு போடுவார்கள். தாக்குதல்கள் இல்லாத நாள்களில்கூட எங்களைப் போலவே எதிரிகளும் தாறுமாறாகக் குண்டு மழை பொழிவார்கள். ஆகவே துப்பாக்கிப் படைப் பிரிவினருக்கு இருக்குமிடம்பற்றி எந்த ஒரு தகவலும் கொடுக்காமல் இருப்பதே நல்லது. உண்மையிலேயே நெருப்பிலிருந்து வரும்

நீலப் புகை எங்களைக் காட்டிக் கொடுத்துவிடாமல் பார்த்துக் கொள்வதே நல்லது. ஆகையால் எங்கள் சீருடைகள், கம்பளி உடைகள், சட்டைகள் ஆகிய அனைத்தும் எப்போதும் சற்று ஈரமாகவே இருந்துகொண்டிருக்கும். சின்னதாக ஒரு தீயை மூட்டிவிட்டுப் புகைபோக்கியைப் பதுங்கு குழியின் பின்புறமாகத் திருப்பி வைத்துவிடுவோம். இவ்வாறாகக் கூர்மை யான நீலக்கண் பார்வையுடைய எதிரிகளைவிட நாங்கள் சாமர்த்தியசாலிகளாக இருக்க முயற்சித்தோம். சமையலறை அடுப்பை வைத்துக்கொண்டுதான் என் கைகளை உலரவைக்க முடிந்தது. இப்படியாக மோசமான நிலையிலிருந்த இரண்டாவது, மூன்றாவது கைகளையும் காப்பாற்றி வைத்துவிட்டேன்.

தொடக்கத்தில் என்னுடைய பதுங்கு குழி நண்பர்கள் நான் வெட்டிவந்த எதிரிகளின் கைகளைத் தொட்டுப் பார்க்கும் அளவுக்கு மகிழ்ச்சியுடன் இருந்தார்கள். முதல் கையிலிருந்து மூன்றாவது கைவரை அவர்கள் தொட்டுப் பார்த்தார்கள். சிலர் விளையாட்டாக அவற்றின் மீது காறி உமிழவும் செய்தார்கள். நான் இரண்டாவது கையை வெட்டி எடுத்து வந்ததுமே, என் நண்பன் ழான் பத்தீஸ்த் எனக்குச் சொந்தமான பொருட்களை நோட்டமிட்டான். நான் வெட்டி வந்திருந்த முதல் கையைத் திருடிவிட்டான். நானும் போகட்டுமென்று விட்டுவிட்டேன். ஏனென்றால், அது அழுகிப்போய் நாற்றமெடுத்ததால் எலிகள் வரத் தொடங்கின. அந்தக் கையை எனக்குப் பிடிக்கவில்லை. அது அழகாகவும் இல்லை. அதன் பின்புறத்தில் நீண்ட சிவப்பு முடிகள் இருந்தன. அதை நான் ஒழுங்காகத் துண்டிக்கவில்லை. எனக்கு இன்னும் பழக்கமில்லாத காரணத்தால், அதை எதிரியின் உடலிலிருந்து பக்குவமாக துண்டிக்க முடியாமல் போய்விட்டது. உண்மையைச் சொல்லப் போனால், என்னுடைய பட்டைக் கத்தியும் ஒழுங்காகத் தீட்டப்படாமலிருந்தது. பின்னர், அனுபவத்தின் வாயிலாக, நான்காவது கையிலிருந்து, பல மணி நேரம் தீட்டிய பட்டைக் கத்தியால் ஒரே வெட்டில் கையை உடலிலிருந்து பிரித்துவிடுவேன்.

இந்நிலையில், என் நண்பன் ழான் பத்தீஸ்த் எனக்குச் சொந்தமான சாமான்களில் கை வைத்து, முதலாவதாக நான் வெட்டிவந்த கையைத் திருடிவிட்டான். அவன்தான் பதுங்கு குழியில் எனக்கிருந்த ஒரே வெள்ளைக்கார நண்பன். அவன்தான் மதெம்பா இறந்ததும் என்னிடம் வந்து ஆறுதல் கூறினான். மற்றவர்கள் வந்து என் முதுகில் தட்டிவிட்டுப் போய்விட்டார்கள். ஷொக்கோலா பிரிவினர், மதெம்பாவின் உடலைப் பின்புறத்திற்குக் கொண்டுசெல்வதற்கு முன் வழக்கமான பிரார்த்தனைகளைச் செய்தார்கள். அதன்பின் அவர்கள் மதெம்பாபற்றி எதுவும் பேசவில்லை. அவர்களைப் பொறுத்தவரை இறந்துபோன

எத்தனையோ வீரர்களில் அவனும் ஒருவன். என்னைப் போலவே அவர்களும் தங்கள் சகோதரர்களுக்கும் மேலான நண்பர்களை இழந்திருக்கிறார்கள். அவர்களும்கூட இறந்தவர்களை நினைத்து உள்ளுக்குள் அழுதிருக்கிறார்கள். ழான் பத்தீஸ்த் மட்டும்தான் மதெம்பாவின் குடல் வெளியில் வந்த நிலையிலிருந்த உடலை நான் பதுங்கு குழிக்குக் கொண்டுவந்தபோது என் தோளில் தட்டிக் கொடுப்பதோடு நிறுத்திக்கொள்ளவில்லை. வட்ட வடிவத் தலை, நீலநிறக் கண்கள் கொண்ட ழான் பத்தீஸ்த் எனக்கு உதவியாக நின்றான். குறுகலான இடையும் சின்னக் கைகளும் கொண்ட ழான் பத்தீஸ்த் என் அழுக்குத் துணிகளைச் சுத்தம் செய்ய உதவினான். அவன்தான் எனக்கு சிகரெட் கொடுத்தான். என்னோடு ஒன்றாகச் சாப்பிட்டான். எனக்கு சிரிப்பு வரவழைத்தான்.

ஆகவே ழான் பத்தீஸ்த் என்னுடைய சாமான்களில் துழாவி நான் முதலில் கொண்டுவந்திருந்த எதிரியின் கையைத் திருடியபோது நான் ஒன்றும் செய்யவில்லை.

நான் வெட்டிக் கொண்டுவந்திருந்த கையை வைத்துக் கொண்டு, ழான் பத்தீஸ்த் பல்வேறு விளையாட்டுகளில் ஈடுபட்டான். அழுகிப் போய்க் கொண்டிருந்த அந்தக் கையை வைத்துக்கொண்டு நிறைய வேடிக்கைகள் செய்தான். அதனைத் திருடிய முதல் நாளே நாங்கள் உணவருந்தும் வேளையில் அந்தக் கையை வைத்துக்கொண்டு எங்கள் எல்லோருடனும் – ஒருவர் மாற்றி ஒருவருடன் – கைகுலுக்கினான். எல்லோருடனும் அவன் கை குலுக்கிய பின், அவன் கை குலுக்கப் பயன்படுத்தியது அவன் சொந்தக் கை அல்ல எனவும், சொந்தக் கையைச் சீருடையில் மறைத்துக்கொண்டும், நான் வெட்டிக் கொண்டுவந்த எதிரியின் கையால் கை குலுக்கினான் எனவும் அனைவருக்கும் புரிந்துவிட்டது.

கடைசியில் அல்பேருக்குத்தான் அந்தக் கை போய்ச் சேர்ந்தது. ழான் பத்தீஸ்த் அல்பேரின் கையைக் குலுக்கியபோது, அல்பேருக்கு அந்தக் கை எதிரியின் கை என்பது புரிந்துவிட்டது. அச்சத்தில் உரக்கக் கத்திவிட்டான். கத்திவிட்டு அந்தக் கையைத் தரையில் தூக்கி எறிந்துவிட்டான். உடனே எல்லோரும் சிரித்தனர்; பரிகாசம் செய்தனர். எங்களோடு, இராணுவத் தலைவனும், அவனுக்குக் கீழ் பணிபுரிபவரும் சேர்ந்துகொண்டனர். அப்போது ழான் பத்தீஸ்த் சொன்னான் 'முண்டங்களா! நீங்களெல்லாம் எதிரியோடு கைக்குலுக்கிவிட்டீர்கள். ஆகையால் உங்களையெல்லாம் இராணுவ நீதிமன்றத்தின் முன் நிறுத்த வேண்டும்.' அப்போது எல்லோரும் மீண்டும் ஒருமுறை சிரித்தனர். அவன் சொன்னதை மொழிபெயர்த்த வயதான இப்ராஹிமா சேக்கும் சிரித்தான்.

11

ஆனால் முதலில் துண்டிக்கப்பட்ட அந்தக் கை ழான் பத்தீஸ்த்துக்கு ராசி இல்லாமல் போய்விட்டது. அவன் நீண்ட நாளைக்கு என் நண்பனாக இல்லை. ஆனால் இருவருக்குள்ளும் எந்த மனக்கசப்பும் ஏற்பட்டுவிடவில்லை. அவன் இறந்து போய்விட்டான், அவ்வளவுதான். அவன் இறந்ததோ மிக மிக அசிங்கமான முறையில். துண்டிக்கப்பட்ட அந்த எதிரியின் கை அவன் இறக்கும்போது அவன் ஹெல்மெட்டில் தொங்கிக் கொண்டிருந்தது. வேடிக்கை செய்வதை அவன் வாடிக்கையாகக் கொண்டிருந்தான் – மடத்தனமாக, மிக மிக மடத்தனமாக! எதற்கும் ஓர் எல்லை உண்டு. நீலக் கண் எதிரியின் கையை வைத்து, நீலக் கண் எதிரிகளின் கண் முன்னேயே கேலி செய்யக் கூடாது. இருகண் நுண்ணோக்காடி, ஒன்றை இரண்டாகக் காட்டிவிடும். ழான் பத்தீஸ்த் எதிரிகளைக் கேலிசெய்து ஆத்திரமடையச் செய்திருக்கக் கூடாது. எதிர்ப் புறத்திலிருந்த எதிரிகள் அவனை வெறுத்தார்கள். துப்பாக்கிமுனைக் கத்தியில் தங்கள் நண்பனின் கை தொங்குவதை அவர்கள் ரசிக்கவில்லை. எங்கள் பதுங்கு குழிக்குமேல், அந்தக் கை ஊசலாடுவதை அவர்கள் தினம் தினம் பார்த்து அலுத்துப்போய்விட்டார்கள். அவன் தன் துப்பாக்கிமுனைக் கத்தியில் எதிரியின் கையை வைத்துக்கொண்டு அடித் தொண்டையால், “அசிங்கம் பிடித்த செருமானியர்கள், அசுத்தம் பிடித்த செருமானியர்கள்” என்று கத்துவான். அவனுக்குப் பைத்தியம் பிடித்ததுபோல் ஆகி விட்டது. காரணத்தை நான் அறிவேன்.

ழான் பத்தீஸ்த் சீண்டிவிட்டு வேடிக்கைப் பார்ப்பவனாகி விட்டான். ஏதோ ஒரு வாசனை

தடவிய கடிதம் அவனுக்கு வந்ததிலிருந்து, அவன் நீலக் கண் எதிரிகளின் கவனத்தை ஈர்க்க முயன்றுகொண்டிருந்தான். அந்தக் கடிதத்தைத் திறப்பதற்கு முன் அவன் முகத்தில் சிரிப்பும் ஒளியும் நிறைந்திருந்தன. அதனைப் படித்து முடித்தவுடன் அவன் முகம் கறுத்தது. அதில் ஒளி இல்லை. சிரிப்பு மட்டும் இருந்தது. அந்தச் சிரிப்பு மகிழ்ச்சி நிறைந்த சிரிப்பாக இல்லாமல், ஏமாற்றம் கலந்த சிரிப்பாக இருந்தது. கண்ணீரோடு கலந்த வெறுப்பூட்டும் சிரிப்பு. போலியான சிரிப்பு. அந்தக் கடிதம் வந்த பின்புதான், நான் முதலாவதாக வெட்டிவந்த கையைப் பறித்துக்கொண்டான். அதை வைத்துக்கொண்டு எதிரிகளைப் பார்த்து அநாகரிகமான செய்கைகள் செய்துகாட்டத் தொடங்கினான். நான் வெட்டி வந்த கையைப் பதுங்கு குழிக்கு மேல் தூக்கிக் காட்டுவான். அந்தக் கையின் நடுவிரலை உயர்த்தி "இதுபோல் உங்கள் கை விரலை எங்கே வைக்க வேண்டுமோ, அங்கு வைத்துக்கொண்டு சுய இன்பம் அடையுங்கள்" என்று கத்துவான். நீலநிறக் கண்களுடைய எதிரிகளுக்கு மூான் பத்தீஸ்த் சொல்வது நிச்சயமாகப் புரியும். அவன் நடுவிரலை அசைப்பது எதிரிகள் பார்வைக்கு எட்டாமல் போகாது.

கேப்டன் அர்மான் அதனை நிறுத்துமாறு சொன்னான். மூான் பத்தீஸ்த் செய்வது யாருக்கும் எந்தப் பலனும் தரப்போவதில்லை. மாறாக அவன் பதுங்கு குழியில் தீ வைக்கலாம். மூான் பத்தீஸ்த்தின் செய்கை புகையின் ஆற்றலைக் கொண்டது. எதிர்ப்புறத்திலிருந்து எதிரிகள் சரியாகக் குறிபார்த்துச் சுட வசதியாக இருக்கும். அவன் தன்னையே காட்டிக்கொடுத்துக்கொள்வது போலாகும். படைத் தலைவனின் ஆணையின் கீழ் இறந்துபோனாலொழிய இறப்பதில் அர்த்தமில்லை. சத்தியமாக நானும் படைத் தலைவன்போலவும், மற்றவர்கள்போலவும் தெரிந்துகொண்டேன் – புரிந்துகொண்டேன். மூான் பத்தீஸ்த் இறப்பதற்கு முடிவுசெய்துவிட்டான். அதனால் எதிரிகள் தன்மீது குறிவைக்கும் பொருட்டு அவர்களுக்கு எரிச்சல் மூட்டிக்கொண்டிருந்தான்.

இந்நிலையில் ஒருநாள் காலையில் இராணுவ அதிகாரி தாக்குதலுக்கு அழைப்பு விடுத்து, நாங்கள் பதுங்கு குழியிலிருந்து சீறிப் பாய்ந்தபோது, நீலக் கண் எதிரிகள் உடனேயே சுட ஆரம்பிக்கவில்லை. இருபது சுவாச நேரம் காத்திருந்து சுட ஆரம்பித்தார்கள். அதற்குள் அவர்கள் மூான் பத்தீஸ்த்தைக் கண்டுபிடித்துவிட்டார்கள். சத்தியமாக அவனைக் கண்டுபிடிக்க இருபது சுவாச நேரத்துக்கு மேல் தேவைப்படவில்லை. நானும் மற்றவர்களும் அதனைக் கண்டுபிடித்துவிட்டோம். அவர்கள் எங்களைச் சுடத் தாமதித்தது அதற்காகத்தான். கேப்டன் சொன்னது போல் நீலக்கண் எதிரிகள் மூான் பத்தீஸ்த் மீது தனிப்பட்ட

காழ்ப்புணர்வு வைத்திருந்தார்கள். அவர்களில் ஒருவனது கையைத் துப்பாக்கி நுனியில் வைத்து அசைத்துக் காட்டிக்கொண்டே "பொட்டப் பசங்கள் போஷ்" என்று அவன் கத்துவதைக் கேட்டுக் கேட்டு அவர்கள் அலுத்துப்போய்விட்டார்கள். அடுத்த முறை பிரெஞ்சுக்காரர்களைத் தாக்கும்போது அவனை முதலில் தீர்த்துக் கட்டத் திட்டமிட்டிருந்தனர். "அவர்களுக்குப் பாடம் கற்பிக்க அவனை மோசமான வகையில் சுட்டுத் தள்ளுவோம்" என்று அவர்கள் தங்களுக்குள் சொல்லியிருக்க வேண்டும்.

அந்த மடையன் மூான் பத்தீஸ்த் எப்படியும் இறந்துவிட வேண்டும் என்பதுபோன்ற எண்ணத்தை எங்களிடம் உருவாக்கிய தால், அவன் எதிரிகளின் வேலையைச் சுலபமாக்கிவிட்டான். அவன் தொப்பியில் அந்தக் கையை மாட்டிவிட்டான். பின்னர், எல்லோருக்கும் தெரியும்படி, அக்கையின் ஒவ்வொரு விரலிலும் ரிப்பன் சுற்றிவைத்தான். அவன் அந்த வேலையைச் சரியாகவே செய்துவிட்டான். நடுவிரலை மட்டும் உயர்த்தியும், மற்ற விரல்களை மடித்தும் வைத்திருந்தது எல்லோர் கண்களுக்கும் தெளிவாகத் தெரிந்தது. எதிரிகளிடம் தொலைநோக்காடி இருந்ததால், அவனைக் குறிபார்ப்பது மேலும் சுலபமாக இருந்தது. அவர்களின் தொலை நோக்காடி வழியே குள்ளமான பட்டாளத்தான் தலைப்பாகையில் ஒரு வெள்ளைப் புள்ளி இருப்பது நன்றாகவே தெரிந்திருக்கும். ஐந்து சுவாச நேரம் அவர்களுக்குப் போதுமானதாக இருந்திருக்கும். உடனே அவர்கள் தங்கள் தொலைநோக்காடியை வைத்துப் பார்த்தபோது அந்த வெள்ளைப் புள்ளி அவர்களைக் கேலிசெய்வது தெரிந்திருக்கும். குறிபார்க்க மேலும் ஐந்து சுவாச நேரம் தேவைப்பட்டிருக்கும். ஆனால் அவனைச் சுடுவதற்குக் குறைந்தது பத்து சுவாச நேரம் எடுத்துக்கொண்டிருப்பார்கள். தங்கள் நண்பன் ஒருவனின் கையை வைத்துக்கொண்டு ஆட்டம் போட்டது அவர்களிடம் பெருமளவுக்கு வன்மத்தை ஏற்படுத்தியிருந்தது. கடுமையான முன்னேற்பாடுகள் செய்தார்கள். எங்கள் கேப்டன் விசில் அடித்துத் தாக்குதலை அறிவித்து இருபது சுவாச நேரம் ஆனவுடன் எதிரிகள் ஆர்வத்துடன் இருந்தார்கள். அவர்கள் தொலை நோக்காடி வழியே மூான் பத்தீஸ்த் தலை உருண்டோடுவதைப் பார்த்த பின் மேலும் மகிழ்ச்சியடைந்தார்கள் என்று சொல்லலாம். அவன் தலை, அவன் தலைக் கவசம், அதில் செருகியிருந்த கை – இவையனைத்தும் தூள் தூளாகிவிட்டன. அவர்களுக்கு ஏற்பட்ட அவமானம் அவன் தலையோடு சுக்குநூறாக நொறுங்கிப்போனது அவர்களுக்கு அளவில்லா மகிழ்ச்சியைத் தந்திருக்கும். அந்த அருமையான சாதனையை நிகழ்த்தியவனுக்கு அவர்கள் நிச்சயமாக சிகரெட் முதலியன கொடுத்துக்

கௌரவித்திருப்பார்கள். எங்கள் தாக்குதல் முடிந்ததும், அவர்கள் அவனைத் தோளில் தட்டி, மது விருந்தளித்திருப்பார்கள். அவன் குறிதவறாது சுட்டதற்குப் பாராட்டுத் தெரிவித்திருப்பார்கள். அவன் புகழ் பாட ஒரு பாட்டு எழுதியிருப்பார்கள். உண்மையில் மூான் பத்தீஸ்த் கொல்லப்பட்ட அன்று மாலை எதிரி முகாமிலிருந்து நான் கேட்டது அந்தப் பாடலாகத்தான் இருக்கும். அன்று மாலையில்தான் நானும் ஒரு எதிரியைக் கொன்று அவன் குடலை வெளியில் உருவிவிட்டு என்னுடைய நான்காவது கையை வெட்டி இராணுவ அதிகாரி குறிப்பிடும் போர்க்களப் பொதுவெளிக்குக் கொண்டுவந்தேன்.

12

நான் எதிரிகள் பாடிக்கொண்டிருப்பதைக் கேட்டேன். ஏனென்றால், அவர்களது பதுங்கு குழியின் அருகில் இருந்தேன். சொல்லப் போனால், அவர்கள் கண்களுக்குப் படாமல், ஊர்ந்து சென்று அவர்கள் பாடி அடங்கும்வரை காத்திருந்து அவர் களில் ஒருவனைப் பிடிக்கச் சென்றேன். அவர்கள் கண்ணயர்ந்து நிசப்தம் நிலவும்வரை காத்திருந்து அவர்களில் ஒருவனை ஒரு தாயின் மடியிலிருந்து ஒரு குழந்தையைக் கைப்பற்றுவது போல் கைப்பற்றி னேன். பலமாக, அதே சமயம் திடுக்கிடச் செய்யாவண்ணம் இலாவகமாகப் பிடித்துக்கொண் டேன். முதல் தடவையாகவும் கடைசித் தடவை யாகவும் ஒருவனை அவன் பதுங்கு குழியிலிருந்தே பிடித்துக்கொண்டேன். அங்கு அப்படிச் சென்றதற்குக் காரணம், மூான் பத்தீஸ்த்தைச் சுட்டவனையே பிடித்துவிடலாம் என்ற நம்பிக்கைதான். உண்மையில் அன்று மாலை, வாசனைத் திரவியம் தெளித்த ஒரு கடித்தத்திற்காகக் கொல்லப்பட்ட என் நண்பன் மூான் பத்தீஸ்த் சார்பாகப் பழிக்குப் பழிவாங்க வேண்டுமென்ற நோக்கத்தில் ஆபத்து நிறைந்த சூழ்நிலைகளை எதிர்கொண்டேன்.

அவர்கள் பதுங்கு குழிக்குச் செல்வதற்குப் பல மணி நேரம் முள் வேலிகளுக்குக் கீழ் ஊர்ந்து சென்றேன். அவர்கள் என்னைப் பார்த்துவிடாம லிருப்பதற்காக, உடலெல்லாம் சேற்றைப் பூசிக் கொண்டேன். என் நண்பனைச் சாய்த்த குண்டு விழுந்த உடனேயே மணிக்கணக்கில் நான் சேற்றில் உழன்று, ஊர்ந்து செல்ல ஆரம்பித்தேன். எங்கள் இராணுவ அதிகாரி தாக்குதல் நிறுத்தத்திற்கான விசில் அடித்து அதிக நேரமான பின்புதான் எதிரியின் பதுங்கு குழியைச் சென்றடைந்தேன். மெல்ல மெல்ல அதன் அருகில் சென்று நீண்ட நேரம் காத்துக்கிடந்தேன். வெகு நேரம் அவர்கள் சாதாரணமான பாட்டுக்களையும், இராணுவக் கானங்களையும் பாடிக்கொண்டிருந்தனர்.

அவர்கள் தூங்கும்வரை காத்திருந்தேன். எல்லோரும் தூங்கிவிட்ட பின் ஒருவன் மட்டும் பதுங்கு குழி ஓரம் நின்று புகைப்பிடித்துக் கொண்டிருந்தான். போரின்போது புகைப்பிடிக்கக் கூடாது. புகை காட்டிக் கொடுத்துவிடும். நீலப் புகை பதுங்கு குழியிலிருந்து வருவதைக் கொண்டு நான் புகைப்பிடித்தவனைக் கண்டு பிடித்துவிட்டேன்.

நான் உண்மையில், மிகப் பெரும் ஆபத்தான சூழ்நிலையை எதிர்கொண்டேன். என் இடது பக்கத்தில் சற்றுத் தூரத்தில் ஒரு நீலப் புகை கருவானத்தை நோக்கிச் செல்வதைப் பார்த்ததும் பதுங்கு குழி ஓரமாக ஒரு பாம்பைப்போல் ஊர்ந்து செல்ல ஆரம்பித்தேன். என் தலைமுதல் கால்வரை சேறு படிந்திருந்தது. ஆப்பிரிக்காவில் மம்பா என்றொரு பாம்பு உண்டு. தான் ஊர்ந்து செல்லும் தரையின் நிறத்திற்கு அது மாறிவிடும். அதுபோலத்தான் நான் யார் கண்ணுக்கும் படாமல் எவ்வளவு வேகமாக நகர முடியுமோ அவ்வளவு வேகமாக நகர்ந்து அந்தப் பட்டாளத்தான் ஊதிக்கொண்டிருந்த நீலப் புகை அருகில் சென்றேன். நான் உண்மையில், மிகப் பெரும் ஆபத்தான சூழ்நிலையைத்தான் எதிர் நோக்கிச் சென்றேன். அந்த இரவு, சாகத் துணிந்த என் வெள்ளைக்கார நண்பனுக்காக மேற்கொண்ட அந்தச் சாதனையை என் வாழ்வில் அந்த ஒரு முறைதான் மேற்கொண்டிருக்கிறேன்.

பதுங்கு குழிக்குள் என்ன நடக்கிறது என்று கண்டுகொள் ளாமல், சொல்லப்போனால் எதையுமே கண்டுகொள்ளாமல், என்னுடைய தலையையும் கைகளையும் பதுங்கு குழிக்குள் நுழைத்துவிட்டேன். கண் மூடித்தனமாக என் உடலின் மேற்பகுதியைப் பதுங்கு குழியில் நுழைத்து அங்கு புகைப் பிடித்துக்கொண்டிருந்த நீலக் கண் எதிரியைப் பிடிக்க முயன்றேன். உண்மையில் அன்று எனக்கு நல்வாய்ப்புக் கிட்டியது. புகைப்பிடித்துக்கொண்டிருந்த நீலக் கண் எதிரி அன்று தனியாக இருந்தான். அவன் வாய் திறந்து கத்துவதற்கு முன் என் கையால் அவன் வாயை அடைத்துவிட்டேன். நல்லவேளை. என் நான்காவது வெற்றிச் சின்னத்திற்குச் சொந்தக்காரன் பதினைந்து, பதினாறு வயதுச் சிறுவன்போல் குள்ளமாகவும் லேசாகவும் இருந்தான். நான் சேகரித்துவந்த கைகளில் அவன் கைதான் மிகவும் சிறியது. அன்று இரவு அதிர்ஷ்டம் என் பக்கம் இருந்தது. நீலக் கண் எதிரியின் நண்பர்களும் சக இராணுவத்தினரும் என்னைப் பார்த்துவிடவில்லை. மூான் பத்தீஸ்த் முதல் ஆளாகக் கொல்லப்பட்ட அன்று நடந்த தாக்குதலின் உக்கிரத்தால் அவர்கள் களைத்துப்போய்த் தூங்கிக் கொண்டிருக்க வேண்டும். மூான் பத்தீஸ்த் தலை துண்டாடப்பட்டபின் அவர்கள் மூச்சுவிடாமல் ஆக்ரோஷத்துடன் சுட்டுக்கொண்டே இருந்தனர். எங்கள் பக்கம் இருந்த நண்பர்கள் ஏராளமானோர் இறந்துவிட்டனர்.

ஆனால் என்னால் மட்டுமே ஓட முடிந்தது, சுட முடிந்தது, முள் வேலிக்குக் கீழ் ஊர்ந்து செல்ல முடிந்தது. இராணுவத் தலைவன் சொன்னதுபோல், போர்க்களத்தின் பொதுவெளியில் ஓடிச்சென்று சுட்டேன். தரையில் ஊர்ந்து சென்றேன்.

உண்மையில் எதிரிகள் அனைவரும் களைத்துப்போ யிருந்தனர். அன்று இரவு பாட்டுப் பாடி முடித்தபின் தங்கள் கவனத்தைத் தளர்த்தினர். அன்று இரவு அந்த உயரம் குறைந்த பட்டாளத்தான் மட்டும் எப்படிக் களைப்படையாமலிருந்தான் என்று தெரியவில்லை. அவனுடைய சக இராணுவத்தின ரெல்லாம் தூங்கப் போனபோது, அவன் மட்டும் ஏன் புகைப் பிடிக்கச் சென்றான் என்றும் தெரியவில்லை. வேறொருவன் மாட்டிக்கொள்ளாமல் அவன் மாட்டிக்கொண்டது உண்மையில் விதிதான் என்று சொல்ல வேண்டும். இரவின் மடியில், பதுங்கு குழியின் ஆழத்தில் அவனை நான் தேடிப் பிடிக்க வேண்டு மென்பது தலையெழுத்துதான். தலையெழுத்து என்பது எளிதில் விளங்கக் கூடியதல்ல என்பதை நான் தெரிந்துகொண்டேன், புரிந்துகொண்டேன். ஆனால் நான் புரிந்துகொண்டதை எவரிடமும் சொல்லப்போவதில்லை. ஏனென்றால் மதெம்பா தியோப் இறந்ததிலிருந்து, நான் எதை வேண்டுமானாலும் நினைத்துக்கொள்வேன், ஆனால் அதை நான் எனக்குள்ளாகவே வைத்துக்கொள்வேன், நான் வேறு ஒருவரிடமும் சொல்ல மாட்டேன். மனிதன் இங்கு எழுதுவதன் ஒரு நகல் மேலுலகில் இருக்கிறதென்று நம்புகிறேன். என்னைப் பொறுத்தவரையில் கடவுள் எப்போதும் தாமதமாகத்தான் வருகிறான். அதுவும் சேதத்தைப் பார்வையிடத்தான் வருகிறான். எதிரி முகாமிலிருந்த நீலக்கண் பட்டாளத்தானை நான் அவன் பதுங்கு குழியிலேயே பிடிக்க வேண்டுமென்று கடவுள் நினைத்திருக்க மாட்டான்.

நான்காவதாக நான் துண்டித்த கையின் உரிமையாளன் ஏதோ தவறு செய்திருக்கிறான் என்று நினைக்கவில்லை. கேப்டன் குறிப்பிடும் போர்க்களப் பொதுவெளியில் அவன் குடலை நான் உருவும்போது அவன் நீலக் கண்களின் பார்வை அதனை உணர்த்தியது. அவன் பார்வையை நான் உற்று நோக்கும்போது, அவன் நல்ல பையனாக, ஒரு நல்ல மகனாகத் தோன்றினான். அவனுக்குப் பெண் சுகம் அனுபவிக்கும் வயதில்லையாயினும், எதிர்காலத்தில் நல்ல கணவனாக இருந்திருப்பான் என்பது நிச்சயம். இருப்பினும் நான் அவனைப் பிடித்துவிட்டேன் – மரணமும் அழிவும் நல்லவனைத் தீண்டுவதுபோல்! போர் என்றால் அப்படித்தான். இறைவன் மனித நடவடிக்கைகளில் வந்து கலந்துகொள்ளத் தாமதிக்கும்போதும், விதிகளின் சிக்கல்களை அவனால் அவிழ்க்க முடியாதபோதும் அப்படித்தான் நடக்கும். உண்மையில் கடவுளைக் கோபித்துக்கொள்ள முடியாது. அந்த

இளம் பட்டாளத்தானின் பெற்றோரைத் தண்டிப்பதற்காக, அவனை ஒரு கறுப்பனின் கையால் சாகடிக்க இறைவன் நினைத்திருக்கலாமல்லவா? அவர்கள் முன்னோர்களின் தவறுகளைத் தண்டிப்பதற்கு நேரமில்லாமையால், அவர்கள் வழிவந்தவர்களைத் தண்டிக்க நினைத்திருக்கலாமல்லவா? யாருக்குத் தெரியும்? எதிரி முகாமிலிருந்த அந்த இளம் பட்டாளத்தான் குடும்பத்தைத் தண்டிக்க இறைவன் சற்றுத் தாமதித்திருக்கலாமல்லவா? அவர்களின் பிள்ளை அல்லது பேரப்பிள்ளையின் மூலம் இறைவன் அவர்களைக் கடுமையாகத் தண்டித்திருக்கிறான் என்பதை நன்கு அறியும் இடத்தில் நான் இருந்தேன். ஏனென்றால், அவ்விளம் இராணுவத்தானின் குடலை உருவி வெளியில் எடுத்துச் சிறு சிறு குவியலாகப் போட்டபோது அவன் ஏராளமான வலியால் துடித்தான். உண்மையில் அவன்மீது இரக்கம் ஏற்பட்டது. அவன் பெற்றோர்களுக்காக அல்லது மூதாதையர்களுக்காக அவன் படும் வேதனையைத் தளர்த்தினேன். கண்களில் கண்ணீர் மல்க அவனை ஒரே ஒரு முறைதான் என்னிடம் கெஞ்சவைத்தேன். அத்துடன் அவனை கதையை முடித்துவிட்டேன். என் சகோதரனுக்கு மேலான நண்பன் மதெம்பா தியோப்பின் வயிற்றைக் கிழித்தவன் அவனல்ல. ஒரே குண்டில் என் நண்பன் கோமாளி மூான் பத்தீஸ்த்தின் தலையைக் கொய்தவன் அவனல்ல. வெப்பம் நிறைந்த அவர்கள் பதுங்கு குழியில் நான் திடீரென்று பாய்ந்து யாரைப் பிடிப்பதென்று தெரியாமல் தவித்தபோது காவல் பணியில் இருந்தவன் அந்த நீலக்கண் எதிரியாக இருந்திருக்கக்கூடும். நான் அவனைத் தூக்கிக்கொண்டு செல்லும்போது அவன் துப்பாக்கி அவன் தோளில் மாட்டப்பட்டிருந்தது. காவல் பணியில் ஈடுபட்டிருக்கும் இரணுவத்தினன் புகைப்பிடிக்கக் கூடாது. ஏனென்றால், காரிருள் கவிந்திருக்கும் இரவிலும் நீலப் புகை கண்ணுக்குத் தெரிந்துவிடும். அப்படித்தான் என்னுடைய நான்காவது வெற்றிச் சின்னத்திற்குச் சொந்தக்காரனைக் கண்டுபிடித்தேன். உண்மையில் போர்க்களப் பொதுவெளியில் நான் அவனைப் பார்த்துப் பரிதாபப்பட்டேன். அவன் நீலக்கண் களில் கண்ணீர் மல்க என்னிடம் முதல் தடவை கெஞ்சியதுமே அவனைக் கொன்றுவிட்டேன். கடவுள்தான் அவனை அங்கு காவல் பணியில் ஈடுபடுத்தியிருந்தான்.

நான் அந்த நான்காவது சிறு கையோடும், அந்தக் கை துடைத்து, எண்ணெய் போட்டுக் குண்டுகள் நிரப்பிச் சுட்ட துப்பாக்கியோடும் என் பதுங்கு குழிக்குத் திரும்பியதும்தான் என் சக இராணுவத்தினர் – வெள்ளையரும் கறுப்பர்களும் சேர்த்து – என்னை மரண தேவனாக நினைத்துப் புறக்கணிக்க ஆரம்பித்தனர். கருமை நிற மாம்பா பாம்பு எலிகளை

வேட்டையாடிவிட்டுத் தன் கூட்டுக்குத் திரும்புவதுபோல், சேற்றில் உருண்டு புரண்டுவிட்டு என் பதுங்கு குழிக்குத் திரும்பும்போது எவனுக்கும் என்னைத் தொடுவதற்குத் தைரியம் வரவில்லை. எவனும் என்னைப் பார்க்க விரும்பவில்லை. துண்டாடிய முதல் கை அந்தப் பைத்தியக்காரன் ழூான் பத்தீஸ்துக்கு ராசி இல்லாமல் போய்விட்டதென்றும், என்னைத் தொட்டால் – ஏன், என்னைப் பார்த்தாலும்கூட – கேடு வந்துவிடும் என்றும் நினைத்தார்கள். மேலும் நான் உயிரோடு திரும்பி வருவதை மகிழ்ச்சியோடு வரவேற்கும் ழூான் பத்தீஸ்தும் அங்கு இல்லை. எதற்கும் இரண்டு பக்கங்கள் உண்டு. ஒன்று நல்ல பக்கம்; இன்னொன்று கெட்ட பக்கம். ழூான் பத்தீஸ்த் இருந்தவரை என்னுடைய வெற்றிச் சின்னங்களின் நல்ல பக்கத்தை மற்றவர் களுக்குக் காட்டிவந்தான். “இங்கே பாருங்கள், நண்பன் அல்ஃபா ஒரு புதிய கையை அது பிடித்திருக்கும் துப்பாக்கியோடு வெட்டி எடுத்துவந்திருக்கிறான். இது கொண்டாடப்பட வேண்டிய விஷயம் நண்பர்களே. இதனால் நம்மீது விழும் செருமானியரின் குண்டுகள் குறையும். நம்மைச் சுடும் கைகளும் குறையும். வாழ்க அல்ஃபா!” நான் என் வெற்றிச் சின்னங்களை எங்கள் திறந்த பதுங்கு குழிக்குக் கொண்டுவந்ததால் மற்ற இராணுவத்தினரெல்லாம் என்னைப் பாராட்டப் பழகிக்கொண்டனர். மூன்றாவது கை வரும்வரை எல்லோரும் கைதட்டினார்கள். என்னுடைய இராணுவத் தலைவன் சொல்லியதுபோல், நான் துணிவுள்ளவன் என்றும், இயற்கை சக்தியென்றும் புகழ்ந்தனர். எனக்கு நல்ல உணவு கொடுத்தார்கள். நான் நல்ல முறையில் குளிப்பதற்கு வழி செய்தார்கள். அவர்களில் முக்கியமானவன் என்னை மிகவும் நேசித்த ழூான் பத்தீஸ்த். ஆனால் ழூான் பத்தீஸ்த் இறந்த அன்று மாலையே, இரைதேடிச் சென்ற மாம்பா பாம்பு மெதுவாகத் தன் புற்றுக்குள் வந்து நுழைவதுபோல், நான் என் பதுங்கு குழிக்கு வந்து சேர்ந்தபோதிலிருந்து என்னை எமனாகப் பாவித்து ஓட்டம்பிடிக்க ஆரம்பித்தனர். என்னுடைய தீச்செயலின் நல்ல அம்சங்கள் தீய அம்சங்களால் தோற்கடிக்கப்பட்டன. ‘ஷொகோலா’ வீரர்கள் தங்களுக்குள் மெதுவாக முணுமுணுத்துக்கொள்ளும்போது, என்னை ஒரு சூனியக்காரனென்றும், ஒரு ‘தெய்ம்’ என்றும் உயிர்களை விழுங்குபவன் என்றும் சொல்லிக்கொண்டனர். உண்மையில் ஒவ்வொன்றுக்கும் ஓர் எதிர்மறை இருக்கத்தான் செய்கிறது. மூன்றாவது கையைத் துண்டிக்கும்வரை நான் வீரனாகக் கருதப்பட்டேன். நான்காவது கையிலிருந்து நான் ஆபத்தான பைத்தியக்காரனாகவும் இரத்தம் குடிக்கும் காட்டுமிராண்டி யாகவும் பாவிக்கப்பட்டேன். உண்மையில் நடைமுறை வாழ்க்கை இப்படித்தான் இருக்கிறது. உலகம் இப்படித்தான் இருக்கிறது. ஒவ்வொன்றுக்கும் இரண்டு பக்கங்கள் இருக்கின்றன.

13

என்னை முட்டாள் என்று நினைத்தார்கள். ஆனால் நான் முட்டாள் இல்லை. படைத்தலைவனும், போர் விருதுபெற்ற 'ஷொக்கோலா' சீனியர் இப்ராஹிமா சேக்கும் என்னை மாட்டிவிடுவதற்காக நான் துண்டாடிய ஏழு கைகளையும் கேட்டார்கள். உண்மையில் என் காட்டுமிராண்டித்தனத்துக்கான சான்றுகள் அவர்களுக்குத் தேவைப்பட்டன. அப்போதுதான் அவர்கள் என்னைச் சிறையில் அடைக்க முடியும். ஆனால் அந்த ஏழு கைகளையும் எங்கு வைத்திருக்கிறேன் என்று சொல்லவில்லை. காய்ந்து கருகிய அந்த கைகளைத் துணியில் சுற்றி எங்கு வைத்திருக்கிறேன் என்று அவர்களால் யூகிக்க இயலாது. சான்றுகள் இல்லாமல் அவர்கள் நான் ஓய்வெடுக்கட்டுமென்று இராணுவத்தின் பின்வரிசைக்குத்தான் அனுப்ப முடியும். உண்மையில் நான் திரும்பி வரும்போது நீலக்கண் எதிரிகள் என்னைத் தீர்த்துக்கட்டிவிடுவார்கள் என்றும், அப்போது ஒருவாறாகத் தொலைந்துவிடுவேன் என்றும் எதிர்பார்த்துக் கொண்டிருக்கலாம். போர்க்காலத்தில் ஒரே பக்கம் உள்ள ஒருவனால் பிரச்சினை ஏற்பட்டால், அவனை எதிரிகள் கொன்றுவிடட்டும் என்று நினைப்பார்கள். அதுதான் நடை முறைக்கு ஒத்துவரும் வழி.

நான் துண்டித்துக் கொண்டுவந்த ஐந்தாவது கைக்கும் ஆறாவது கைக்கும் இடைப்பட்ட காலத்தில் 'துபாப்' பட்டாளத்தார்கள், கேப்டன் அர்மான் தாக்குதலுக்கு விசில் அடிக்கும்போது, அவனுக்கு அடிபணிய மறுத்தனர். ஒரு நாள் அவர்கள் 'அலுத்துப்போய்விட்டது' என்று சொல்லி விட்டார்கள். "நீங்கள் விசில் அடிக்கும்போது எதிரிகள் எச்சரிக்கையாகி நாங்கள் படுகுழியி லிருந்து கிளம்பிய உடனேயே எங்கள்மீது குண்டுமழை

பொழிகிறார்கள். ஆகவே நாங்கள் கிளம்பப்போவதில்லை. உங்கள் விசில் சத்தத்தினால் நாங்கள் சாகப்போவதில்லை" என்றார்கள். "அப்படியானால் நீங்கள் என் ஆணையை மதிக்க மாட்டீர்கள் அல்லவா?" என்றான் கேப்டன். "மாட்டோம். உங்கள் சாவு விசிலுக்குப் பலியாக மாட்டோம்" என்று அவர்கள் திட்டவட்டமாகக் கூறினார்கள். கேப்டன் அவர்கள் நோக்கத்தை உறுதி செய்தபின், அவர்கள் ஏழு பேர்தான் இருந்தனர் என்பதைத் தெரிந்துகொண்டான். தொடக்கத்தில் இருந்ததுபோல் ஐம்பது பேர் இல்லை. எங்கள் மத்தியில் அந்த ஏழு பேரையும் வரச்சொல்லி எங்களுக்கு ஆணை பிறப்பித்தான். "அவர்கள் கைகளைப் பின்னால் கட்டுங்கள்." அப்படிக் கட்டியவுடன், கேப்டன் சொன்னான்: "நீங்களெல்லாம் கோழைகள். உங்களால் பிரான்ஸுக்கு அவமானம். உங்கள் தாய்நாட்டுக்காக உயிரைவிடப் பயப்படுகிறீர்கள். ஆனால் இப்போது நீங்கள் உயிர்விடத்தான் போகிறீர்கள்".

அப்போது கேப்டன் செய்தது மிக மிகக் கேவலம். எங்கள் சக இராணுவத்தினரையே எதிரிகளைப்போல் பாவிக்க நேரிடும் என்று நாங்கள் ஒருபோதும் நினைத்ததில்லை. குண்டுகள் நிரப்பிய துப்பாக்கிகளை, அவர்கள் தாடைக்குக் கீழ் வைத்துக்கொள்ளவும், தன் கடைசி ஆணைக்கு அடிபணியவில்லையென்றால் அவர்களைச் சுட்டுவிடவும் கேப்டன் உத்தரவிட்டான். நாங்கள் ஒரு பக்கமும் துரோகிகளாகிய நண்பர்கள் சற்றுத் தூரத்தில் மற்றொரு பக்கமும் நின்றுகொண்டிருந்தோம். அவர்கள் முதுகுப் பக்கத்தை நாங்கள் பார்த்துக்கொண்டிருந்தோம். அவர்கள் சிற்றேணிகளைப் பார்த்துக்கொண்டிருந்தார்கள். ஏழு சிற்றேணிகள் இருந்தன. அவற்றின் வழியேதான் நாங்கள் பதுங்கு குழியை விட்டு வெளியேறி எதிரிகளைத் தாக்குவோம். இப்போது எல்லோரும் அவரவர் இடத்தில் நிற்கும்போது, கேப்டன் சத்தமிட்டுச் சொன்னான், "நீங்களெல்லாம் பிரான்ஸுக்குத் துரோகம் இழைத்துவிட்டீர்கள். இருந்தாலும் என் கடைசி ஆணைக்கு அடிபணிவர்களுக்கு இறப்புக்குப் பின் போர்ப் பதக்கம் கிடைக்கும். மற்றவர்களைப் பொறுத்தவரை, அவர்களெல்லாம் புறமுதுகு காட்டி ஓடியவர்கள், எதிரிகளோடு கை கோத்தவர்கள் என்று அறிவித்துவிடுவோம். துரோகிகளுக்கு ஓய்வூதியம் கிடைக்காது. அவர்கள் மனைவியருக்கோ குடும்பங்களுக்கோ எதுவும் கிடைக்காது!" பின்னர் கேப்டன் விசிலடித்துத் தாக்குதலை அறிவித்தான். அவர்கள் பதுங்கு குழியிலிருந்து வெளியில் பாய்ந்து எதிரிகளின் குண்டுகளுக்குப் பலியாக வேண்டும்.

உண்மையில் இதுபோன்ற கேவலத்தை நான் இதுவரை கண்டதில்லை. கேப்டன் விசில் அடித்துத் தாக்குதல் அறிவிக்கும்

முன்னரே சிலரது பற்கள் கிடுகிடுத்தன. மற்றும் சிலர் கால்சட்டை யிலேயே சிறுநீர் கழித்தனர். நிலைமை இவ்வளவு மோசமாக இல்லையெனில் எல்லோரும் சிரித்திருப்போம். கேப்டன் விசில் அடித்ததும் கொடூரம் தொடங்கியது. துரோகமிழைக்கும் நண்பர்களின் கைகள் பின்புறமாகக் கட்டப்பட்டிருந்ததால், ஏணிகளின் ஆறு அல்லது ஏழு படிகள் ஏறுவதற்கு சிரமமாக இருந்தது. அவர்களுக்கு தடுமாறினார்கள். வழுக்கி விழுந்தார்கள். பயத்தில் கத்திக்கொண்டே மண்டியிட்டு கீழே விழுந்தனர். ஏனென்றால், நீலக்கண் எதிரிகளுக்கு எங்கள் கேப்டன் தம்மை இரையாகக் கொடுக்கிறான் என்று யூகித்துக்கொண்டார்கள். என் நண்பன் மூான் பத்தீஸ்த்தைக் கொன்ற கனரகத் துப்பாக்கிப் பிரிவின் தலைவன் எங்கள் கேப்டன் தமக்கு ஒரு பரிசு அளிக்கிறான் என்பதையறிந்ததும், வில்லங்கமான மூன்று சிறு குண்டுகளை வீசினான். ஆனால் அவை குறி தவறிவிட்டன. நான்காவது, 'துரோகம் இழைத்ததாகக் கருதப்பட்ட' என் நண்பர்களில் ஒருவன் பதுங்கு குழியை விட்டு வெளியில் தலை காட்டியபோதே அவன்மீது பாய்ந்தது. அவன் தன் மனைவியையும் பிள்ளைகளையும் மனதில் வைத்துக்கொண்டே வெளியில் வந்தான். அவன் உடல் கிழிந்து உள்ளுறுப்புகள் வெளியில் எறியப்பட்டுக் கறுப்பு இரத்தம் எங்கள்மீது தெறித்தது. நான் இதற்கெல்லாம் பழக்கப்பட்டிருக்கிறேன். ஆனால் என் வெள்ளையரின, கறுப்பரின நண்பர்களுக்கு இது புதிய அனுபவமாகத் தோன்றியது. நாங்கள் நிறைய அழுதோம். அதிலும் குறிப்பாகத் துரோகம் இழைத்ததாகக் கருதப்பட்ட நண்பர்கள் அதிகமாக அழுதார்கள். அவர்களும் ஒருவர் பின் ஒருவராகக் கொல்லப்படவிருந்தனர். அப்படி வெளியில் வராவிட்டால், கேப்டன் சொன்னதுபோல், அவர்களுக்குப் போர் விருது கிடைக்காது. அவர்கள் பெற்றோருக்கும் மனைவிக்கும் பிள்ளைகளுக்கும் ஓய்வூதியம் கிடைக்காமல் போய்விடும். உண்மையில் அவர்களின் தலைவன் துணிவு மிக்கவன். அவன் பெயர் அல்ஃபோன்ஸ். அல்ஃபோன்ஸ் சிறந்த வீரன். சாவதற்கு அஞ்சாத வீரன். அல்ஃபோன்ஸ் பதுங்கு குழியை விட்டுக் கிளம்பும்போது ஊனமுற்றவன்போல் தடுமாறினான். அழுதான். "நான் எதற்காகச் சாக வேண்டுமென்று எனக்குத் தெரியும் – நன்றாகவே தெரியும். உனக்கு என் ஓய்வூதியம் வர வேண்டுமென்பதற்காகத்தான், ஒதேத். உன்னை நான் நேசிக்கிறேன் ஒதேத். உன்னை நான் . . ." பின்னர் ஐந்தாவது வில்லங்கக் குண்டு மூான் பத்தீஸ்த்துக்குப் போலவே அவன் தலையையும் கொய்தது. இப்போது கனரகத் துப்பாக்கிப் பிரிவின் தலைவன் குறி தவறாமல் சுட்டான். எங்கள் மீதும் துரோகிகளாகக் கருதப்பட்ட மற்றவர்கள்மீதும் மூளை சிதறி வீழ்ந்தது. அவர்கள் 'ஓ' வென்று

கத்தினார்கள். அவர்கள் தலைவன் அல்ஃபோன்ஸ் போல் அவர்களும் சாகவிருப்பதால் பீதியின் பிடியில் சிக்கியிருந்தனர். உண்மையில் நாங்கள் எல்லோருமே அவன் இறந்ததற்காக அழுதோம். போர் விருது பெற்ற ஷொக்கோலா தலைவன்தான் அல்ஃபோன்ஸ் சொன்னதை மொழிபெயர்த்தான். உண்மையில் ஒதேத் அவனை அடைந்ததற்குப் பாக்கியம் செய்திருக்கிறாள். அல்ஃபோன்ஸ், அவன் அவ்வளவு பெரிய ஆள்.

ஆனால் அல்ஃபோன்ஸுக்குப் பிறகு ஐந்து பேர் இருந்தனர். ஐந்து பேர், அவனைப் போலவே இறப்பதற்கு! அவர்களில் ஒருவன் எங்களைப் பார்த்து அழுதான், கதறினான். "கருணை காட்டுங்கள்! கருணை காட்டுங்கள்! தோழர்களே... தோழர்களே ... கருணை காட்டுங்கள்..." அவன் பெயர் அல்பேர். அவன் போர்ப் பதக்கம், ஓய்வூதியம் பற்றியெல்லாம் கவலைப்படவில்லை. அவன் பெற்றோர் பற்றியோ, மனைவி பற்றியோ, பிள்ளைகள் பற்றியோ நினைக்கவில்லை. ஒருவேளை அவனுக்கு அப்படி யாரும் இல்லாமல் இருக்கலாம். கேப்டன் 'சுடுங்கள்' என்றான். சுட்டோம். மீதமிருந்தவர்கள் நான்கு பேர். அவர்கள் தற்காலிக மாக உயிர் வாழ்ந்துகொண்டிருந்தனர். அவர்கள் நால்வரும் ஒருவர் பின் ஒருவராகப் பதுங்கு குழியிலிருந்து வெளியில் பாய்ந்தனர். அப்போதுதான் தலை வெட்டப்பட்ட கோழிக் குஞ்சுகள்போல், கொஞ்ச தூரம் தடுமாறி ஓடினர். முப்பது சுவாச நேரம். எதிரிப் படை கனரகத் துப்பாக்கிப் பிரிவின் தலைவன் துப்பாக்கிக் குண்டுகள் வீணாவதை விரும்பாததுபோல் இருந்தது. பொறுமையுடன் முப்பது மூச்சு விடும் நேரம். தொலைநோக்கி வழியே நாங்கள் அனுப்பும் இரைகளைப் பார்த்தான். மூன்று குண்டுகள் வீணான நிலையில் அவன் ஏற்கெனவே இரண்டு பேரைத் தீர்த்துக்கட்டிவிட்டான். ஐந்து குண்டுகளை இழந்திருக்கிறான். கேப்டன் சொல்வதுபோல், போர்க் காலத்தில், எதிரியை அச்சுறுத்தும் நோக்கத்திலேயே உயர் ரக ஆயுதங்களை வீணாக்கக் கூடாது. ஆகவே துரோகிகளாகக் கருதப்பட்ட நான்கு பேரும் சாதாரண இயந்திரத் துப்பாக்கிகளால் கொல்லப்பட வேண்டியிருந்தது. அவர்கள் ஓலமிட்டு இறந்துபோனார்கள்.

துரோகிகளாகக் கருதப்பட்ட ஏழு பேரின் இறப்புக்குப் பின் கிளர்ச்சி, எதிர்ப்பு என்று எதுவும் இல்லை. இன்னொரு உண்மையைச் சொல்ல வேண்டுமானால், கேப்டன் என்னை எதிரிகள் மூலம் தீர்த்துக் கட்ட நினைத்திருந்தானானால், நான் படையின் பிற்பகுதியிலிருந்து வரும்போது அவன் எண்ணத்தை நிறைவேற்றியிருக்கலாம். எனக்குத் தெரிந்த, புரிந்த உண்மை என்னவென்றால் அவன் நான் சாக வேண்டுமென நினைத்திருந்தான் என்றால், அது நடந்திருக்கும்.

ஆனால் எனக்குத் தெரியும் என்பது கேப்டனுக்குத் தெரியக் கூடாது என்பதும் எனக்குத் தெரியும். உண்மையில் நான் துண்டித்த கைகள் எங்கிருக்கின்றன என்று சொல்லக் கூடாது. கேப்டன் போர் விருதுபெற்ற இப்ராஹிமா சேக் மூலம் என்னிடம் கேட்டான். எனக்குத் தெரியாது என்று சொல்லிவிட்டேன். எங்கோ தவறவிட்டுவிட்டேன் என்று சொன்னேன். ஒரு வேளை துரோகிகளாகக் கருதப்பட்ட நண்பர்கள் திருடியிருக்கலாம் என்றேன்.கேப்டன் சொன்னான், "நல்லது நல்லது, அவை இருக்குமிடத்திலேயே இருக்கட்டும். அவை யாருடைய கண்ணுக்கும் படாமலிருக்கட்டும். சரி சரி. ஆனால் நீ களைப்படைந்திருப்பாய். நீ போரிடும் விதம் சற்றுக் காட்டுமிராண்டித்தனமாக இருக்கிறது. எதிரிகளின் கைகளை வெட்டிவரச் சொல்லி நான் உனக்கு ஆணையிடவில்லை. அது சட்டப்படி சரியில்லை. இருந்தாலும் நான் கண்டும் காணாமல் இருக்கிறேன். ஏனென்றால் நீ போர்ப் பதக்கம் பெற்றிருக்கிறாய். அடிப்படையில் நான் சொல்வது உனக்குப் புரியும் என்று நினைக்கிறேன். ஒரு ஷொகோலா எதிரியின் தாக்குதலில் போய் மாட்டிக்கொள்ளக் கூடாது. நீ போய் ஒரு மாத காலம் படையின் கடைசி வரிசையில் இருந்துவிட்டு மீண்டும் தாக்குதல் சமயத்தில் வரலாம். திரும்பி வந்ததும் எனக்கு ஒரு சத்தியம் செய்ய வேண்டும். அதாவது எதிரிப்போர் வீரர்களை ஒரு போதும்அங்கஹீனம் செய்யக் கூடாது. புரிகிறதா? எதிரிகளைக் கொல்வதோடு நிறுத்திக்கொள்ள வேண்டும். அவர்களை அங்கஹீனம் செய்யக் கூடாது. அது பண்பட்ட போருக்கு உகந்ததல்ல. புரிகிறதா? நீ நாளைக்குக் கிளம்புகிறாய் அல்லவா?"

இப்ராஹிமா சேக் அவன் சொன்னதை "கேப்டன் அர்மான் சொல்கிறார்" என்று சொன்னபின் மொழிபெயர்ப்புச் செய்யாமல் இருந்தால் எனக்கு ஒன்றுமே புரிந்திருக்காது. கேப்டன் உரையைக் கேட்கும்போது நான் இருபது முறை சுவாசம் இழுத்துவிட்டிருப்பேன். ஆனால் இப்ராஹிம் சேக் உரையைக் கேட்டபோது, பன்னிரண்டு முறைதான் மூச்சு விட்டேன்.

கேப்டன் அர்மான் குள்ளமானவன். அவன் கருவிழிகள் இரண்டும் தொடர்ந்து கோபத்தில் சிவந்திருந்தன. போர் சம்பந்தப்பட்ட விஷயம் எதுவானாலும் அவன் கருவிழிகள் இரண்டும் வெறுப்பை வெளிப்படுத்தும். அவனுக்குப் போர்தான் வாழ்க்கை. மனம்போல் நடந்துகொள்ளும் ஒரு பெண்ணை விரும்புவதுபோல் அவன் போரை விரும்புவான். போரின்போதுதான் அவன் தன்னுடைய விருப்பப்படியே நடந்துகொள்வான். அவன் பரிசளிப்பான். அதற்காக அவன்

தேவையான மனித உயிர்களை அன்பளிப்பாகக் கொடுப்பான். அவன் உயிர்களைக் குடிப்பவன். எனக்குத் தெரிகிறது, புரிகிறது. கேப்டன் அர்மான்தான் ஒரு 'தெய்ம்' – உயிரைக் குடிப்பவன். அவனுக்குப் போர்தான் மனைவி. அவளால்தான் அவன் உயிர் வாழ முடியும். அவளுக்கும் தொடர்ந்து தனக்கு ஆதரவாக இருக்க அவனைப் போன்றவன் தேவையே.

எனக்கு ஒன்று தெரிகிறது, புரிகிறது. அவளிடம் தொடர்ந்து காதல் செய்ய அர்மான் எதுவானாலும் செய்வான். போருடன் கொண்டிருந்த அவன் காதலில் நான் பயங்கரப் போட்டியாளன். உண்மையைச் சொல்லப் போனால் அவன் என்னைத் தொலைத்துக்கட்ட விரும்பினான். எனக்குத் தெரிந்தது, புரிந்தது. நான் திரும்பிவந்ததும் போருடன் நேரடிச் சம்பந்தமில்லாத ஓர் இடத்துக்கு என்னை அனுப்பிவிடுவான். நான் ஒளித்துவைத்திருந்த கைகளை மீட்டுவர வேண்டும் என்று எனக்குத் தெரியும். அதைத்தான் கேப்டன் விரும்பினான். அதற்காக என்னைக் கண்காணித்துவந்தான். கண்காணிக்கும் பொறுப்பை எனக்கு மூத்தவரான இப்ராஹிமா சேக்கிடம் ஒப்படைத்திருக்கக்கூடும். உண்மையில் நான் துண்டித்த ஏழு கைகளும் அவனுக்குத் தேவைப்பட்டன. அவற்றை ஆதாரமாக வைத்துக்கொண்டு என்னைச் சுட்டுக் கொன்றுவிட்டுப் போருடன் தன் காதலைத் தொடர விரும்பினான். நான் கிளம்புவதற்கு முன்னராக யாரோ ஒருவனை விட்டு என்னுடைய பெட்டியை ஆய்வு செய்யச் சொல்லியிருந்தான். மூான் பத்தீஸ்த் சொன்னதுபோல் என்னைக் கையும் களவுமாகப் பிடிக்க விரும்பினான் போலும். ஆனால் நான் ஒரு முட்டாள் அல்ல. உண்மையைச் சொல்ல வேண்டுமானால் நான் என்ன செய்ய வேண்டும் என்பது எனக்குத் தெரியும், எனக்குப் புரியும்.

14

பின் வரிசையில் இருப்பதில் எனக்கு ஆட்சேபனை இல்லை. அது வசதியாகவும் இருக்கும். நான் இப்போது இருக்கும் நிலையில், நான் ஒன்றும் பெரிதாகச் செய்யவில்லை. நன்றாகத் தூங்குகிறேன், சாப்பிடுகிறேன். வெள்ளை ஆடை உடுத்திய அழகான பெண்கள் என்னைக் கவனித்துக்கொள்கிறார்கள். இங்கு வெடிச் சத்தம் கேட்பதில்லை. இயந்திரத் துப்பாக்கி சுடுவதில்லை. எதிர்ப்புறத்திலிருந்து உயிரை மாய்க்கும் சிறுசிறு குண்டுகள் வந்து விழுவதில்லை. பின் வரிசைக்கு நான் தனியாக வரவில்லை. நான் துண்டாடிய ஏழு கைகளோடும் வந்தேன். ழான் பத்தீஸ்த் சொல்வதுபோல் அவற்றை நான் கேப்டன் கண்ணெதிரிலேயே கொண்டுவந்தேன். கடவுள் சத்தியமாக அவற்றை நான் அரைகுறையாகத்தான் மூடிவைத்திருந்தேன். என் பட்டாளத்தான் பெட்டி யின் அடியில் வைத்திருந்தேன். அவற்றை வெள்ளைப் பருத்தித் துணியில் கச்சிதமாக மூடி வைத்திருந்தேன். ஆனால் ஒவ்வொரு கையின் அடையாளத்தையும் என்னால் கண்டுபிடிக்க முடியும். என் பதுங்கு குழி நண்பர்களான வெள்ளை, கறுப்பின இராணுவத்தினரும், நான் கிளம்புவதற்கு முன் என்னைச் சோதிக்குமாறு ஆணையிடப்பட் டிருந்தனர். அவர்களும்கூட என் பெட்டியைத் திறந்து பார்க்கத் துணியவில்லை. அவர்களுக்குப் பயம். அவர்களுக்குப் பயம் ஏற்பட நான் ஒரு காரணம். என் பெட்டியின் பூட்டில் ஒரு கயிற்றில் ஒரு தாயத்தைக் கட்டிவைத்திருந்தேன். அது அழகான தாயத்து. நான் வீட்டை விட்டுக் கிளம்பும்போது என் அப்பா அதை எனக்குக் கொடுத்திருந்தார். சிவப்புத் தோலினாலான அந்த அழகான தாயத்தில் ஒரு படம் வரைந்துவைத்திருந்தேன். அது கறுப்பின – வெள்ளையரின ஒற்றர்களையும், ஷொக்கோலா

அல்லது துபாப் பட்டாளத்தான்களையும் அச்சுறுத்தி எனக்குச் சொந்தமான பொருட்களையெல்லாம் விட்டுவிட்டு ஓடச் செய்தது. அந்தப் படத்தை நான் மிகவும் சிரமப்பட்டு வரைந்திருந்தேன். எலி எலும்பில் ஒரு கூர்மையான பகுதியை எடுத்துக்கொண்டு அதனை விளக்கு ஏற்றும் எண்ணெயில் சாம்பலைக் கலந்து மணிக்கட்டிலிருந்து துண்டிக்கப்பட்ட ஒரு கறுப்புக் கையை வரைந்திருந்தேன். மிகவும் சிறிய கை. விரல்களின் அடிப்பாகம் வீங்கி இருந்தது. அது 'ஊங்க்' வகை ஆப்பிரிக்கப் பல்லியின் விரல்கள்போல் வெளுத்துக் காணப்பட்டது. ஊங்க் பல்லியின் தோல் மிக மிக மெல்லியதாக இருக்கும். அதன் வழியே அதன் உள்ளுறுப்புகளைப் பார்க்க முடியும். பயங்கரமானது. அதன் சிறுநீர் விஷத்தன்மை கொண்டது. இந்நிலையில், நான்காவது கைக்குப் பிறகு என்னைப் பார்க்கத் துணிவில்லாமல் இருந்த பட்டாளத்தான்களுக்குத் தாயத்துக் கட்டி அதன்மேல் 'ஊங்க்' படம் வரைந்திருந்த அந்தப் பெட்டியைத் திறக்க எவ்வாறு துணிவு வரும்? இதுபோன்ற சமயத்தில், நான் 'தெய்ம்' ஆக – உயிரைக் குடிப்பவனாகத் – தோன்றியது மகிழ்ச்சிதான். போர்ப் பதக்கம் பெற்ற ஷொக்கோலா பட்டாளத்தான் இப்ராஹிமா சேக் வந்து என் பொருட்களைப் பார்வையிடும்போது, என்னுடைய மர்மமான பெட்டிப் பூட்டு அவன் கண்ணில் பட்டது. உடனே மயங்கி விழப் பார்த்தான்.தான் பார்த்தது தவறு என்று தன்னையே அவன் நொந்துகொண்டான். அது போலத்தான் மற்றவர்களும். இது போன்ற பயந்தாங்கொள்ளிகளைப் பார்க்கும்போது எனக்குள் எழுந்த சிரிப்பை அடக்க முடியாமல் தவிப்பேன்.

நான் எனக்குள் சிரித்துக்கொள்வதுபோல் பொதுவெளியில் சிரிக்க மாட்டேன். வயதான என் தந்தை, "சிறு குழந்தைகளும் பைத்தியங்களும்தான் காரணமின்றிச் சிரிப்பார்கள்" என்று என்னிடம் சொல்வதுண்டு. நான் இப்போது சிறு குழந்தை இல்லை. போர் என்னைத் திடீரெனப் பெரியவனாக மாற்றி விட்டது – அதுவும் என் சகோதரனுக்கு மேலான மதெம்பா தியேப்பின் சாவுக்குப் பின்! ஆனால் அவன் சாவுக்குப் பின்னும் நான் சிரிக்கிறேன். மூான் பத்தீஸ்த்தின் சாவுக்குப் பின் நான் என் மனதிற்குள் சிரித்துக்கொள்கிறேன். மற்றவர்களுக்கு நான் புன்னகை மட்டும் உதிர்ப்பேன். கொட்டாவி கொட்டாவியை வரவழைப்பதுபோல், புன்னகை புன்னகையை வரவழைக்கும். நான் புன்னகைக்கும்போது என் மனதுக்குள் எழும் குபீர் சிரிப்பு மற்றவர்களுக்குக் கேட்காது. அது நல்லதுதான். இல்லையேல் அவர்கள் என்னைப் பைத்தியம் என்று கருதிவிடுவார்கள். நான் துண்டித்த கைகளும்கூட அப்படித்தான். நான் அவற்றின் சொந்தக்காரர்களுக்கு எவ்வளவு துன்பம் விளைவித்தேன் என்பதையும், அவர்களின் குடல் எவ்வாறு மண்ணில் புரண்டது

என்பதையும் காட்டிக்கொடுப்பதில்லை. நான் எவ்வாறு நீலக் கண் எதிரிகள் எட்டுப் பேரின் உள்ளுறுப்புகளை உருவி எடுத்தேன் என்பதை எடுத்துச் சொல்வதில்லை. நல்லவேளை நான் எவ்வாறு அக்கைகளைத் துண்டித்தேன் என்று கேட்க வில்லை. மூான் பத்தீஸ்த்கூடக் கேட்டதில்லை. என்னிடமிருந்த ஏழு கைகளும் என் புன்னகையைப் போலவே இருந்தன – அவை எவ்வாறு எல்லாவற்றையும் மறைத்துக்கொண்டும் வெளிப்படுத்திக்கொண்டும் இருந்தன என்பதை நினைக்கும்போது என் மனதுக்குள் வெடிச் சிரிப்பு எழும்.

சிரிப்பு சிரிப்பை வரவழைக்கும். புன்னகை புன்னகையை வரவழைக்கும். படையின் பிற்பகுதியில் இருக்கும் பொருட்சேகர மையத்தில் நான் அனைவரையும் பார்த்துப் புன்னகைப்பேன். ஷொக்கோலா, துபாப் போன்ற என் சக இராணுவ வீரர்கள் நள்ளிரவில் தாக்குதல் தொடங்க வேண்டியிருக்கும்போது பயங்கரமாகச் சத்தமிடுவார்கள். அவர்களும்கூட நான் புன்னகைப்பதைப் பார்த்தால் பதிலுக்குப் புன்னகைப்பார்கள். அதை அவர்களால் தவிர்க்க முடியாது. அது அவர்கள் கட்டுப்பாட்டை மீறியது.

டாக்டர் பிரான்சுவா உயரமானவர், ஆனால் ஒல்லியானவர். அவர் முகத்தில் எப்போதும் சோகம் சூழ்ந்திருக்கும். அவர்முன் நான் முதன்முதலில் தென்பட்டதும், அவருங்கூட என்னைப் பார்த்துப் புன்னகைத்தார். கேப்டன் என்னை இயற்கையின் ஒரு வகை சக்தி என்று கூறுவான். ஆனால் டாக்டர் பிரான்சுவா, எனக்குக் களையான முகம் என்பதைத் தன் பார்வையால் உணர்த்துவார். மற்றவர்களிடம் புன்னகைக்காத அவர் என்னைப் பார்த்துப் புன்னகைப்பார். காரணம், புன்னகை புன்னகையை வரவழைக்கும் என்பதுதான்.

உண்மையில் என்னுடைய நிரந்தரப் புன்னகையைக் கொண்டு நான் வெற்றிகொண்டவற்றிலெல்லாம் எனக்குப் பிடித்தது, வெள்ளை உடையில் காட்சி தரும் டாக்டர் பிரான்சுவாவின் மகள் உதிர்க்கும் புன்னகைதான். உண்மையில் மிஸ் பிரான்சுவாவுக்கு என்னைப் பிடித்திருந்தது. அவளையறி யாமல் அவள் தகப்பனின் கருத்தொடு ஒத்துப் போனாள் – என்னுடைய முகம் களையான முகம்தான். அதை அவள் தன் கண்களால் தெரியப்படுத்தினாள். பின்னர் அவள் என் உடலின் மற்றப் பகுதியையும் நோட்டமிட்டதிலிருந்து அவள் என் முகத்தை மட்டுமல்லாமல் வேறு எதையோ தேடினாள் என்று தெரிந்தது. நான் உடனே புரிந்துகொண்டேன் – தெரிந்துகொண்டேன் – யூகித்துக்கொண்டேன். அவள் என்னோடு உடலுறவு கொள்ள விரும்பினாள். என்னை நிர்வாணமாகப்

பார்க்க விரும்பினாள். அவள் என்னைப் பார்த்த விதம் ஃபரி தியாம் என்னைப் பார்த்த விதத்தை ஒத்திருந்தது. நான் போருக்குப் புறப்படுவதற்குச் சில மணிநேரங்களுக்கு முன்னால், ஆற்றுக்கருகில் எபனி மரத் தோப்புக்குள், ஃபரி தியாம் தன்னுடன் நான் உடலுறவுகொள்ளச் சம்மதித்தது நினைவுக்கு வந்தது.

ஃபரி தியாம் என் கைகளைப் பிடித்துக்கொண்டு, பார்வையை என் கண்ணுக்குள்ளும், பின்னர் மெதுவாக உடலின் கீழ்ப் பகுதியிலும் செலுத்தினாள். அதன்பின் அவளோடிருந்த நண்பர்களிடமிருந்து பிரிந்து வந்தாள். நானும் அவர்களிட மிருந்து விடைபெற்றுக்கொண்டு கிளம்பினேன். ஃபரி ஆற்றுப் பக்கம் நடந்தாள். சற்று இடைவெளி விட்டு அவளை நான் பின்தொடர்ந்தேன். காந்தியோல் கிராமத்தில், இரவு நேரத்தில் மக்கள் ஆற்றங்கரைப் பக்கம் போக மாட்டார்கள். மாமே கும்பா பாங் என்னும் பேய் அங்கு உலவும் என்று நம்பினார்கள். அதனால் நானும் ஃபரி தியாமும் வேற்று மனிதர்கள் யாரையும் பார்க்கவில்லை. எங்கள் இருவரிடமும் உடலுறவு கொள்ளும் ஆர்வம் அதிகரித்திருந்தது. எனவே எந்தப் பயமும் தோன்ற வில்லை.

உண்மையில் ஃபரி தியாம் ஒரு தடவைகூடத் திரும்பிப் பார்க்காமல் ஆற்றுக்குச் சற்றுத் தூரத்திலிருந்த எபனி மரத்தோப்பை நோக்கி நடந்தாள். பின்னர் அதனுள் நுழைந்தாள். நானும் பின்தொடர்ந்தேன். ஃபரி தியாம் ஒரு மரத்தில் சாய்ந்து நின்றாள். என்னை எதிர்பார்த்துக் காத்திருந்தாள். அன்று பவுர்ணமி தினம். ஆனால் வெகு நெருக்கமாக இருந்த எபனி மரங்கள் வெளிச்சத்தை மறைத்தன. ஃபரி தியாம் மரத்தில் சாய்ந்து கொண்டிருந்தது தெரிந்தது. ஆனால் அவள் முகத்தைக்கூடப் பார்க்க முடியவில்லை. என்னை அவள்மீது இழுத்து அணைத்த போது அவள் நிர்வாணமாக இருந்தது தெரிந்தது. ஃபரி தியாம் கற்பூரம் போலவும், பசுமை படர்ந்த ஆற்றுநீர் போலவும் இருந்தாள். என் உடைகளைக் களைந்தாள். களையட்டுமென்று விட்டுவிட்டேன். என்னைத் தரையில் படுக்கவைத்தாள். நான் அவள் மீது சாய்ந்தேன். ஃபரி தியாமுக்கு முன் நான் எந்தப் பெண்ணுடனும் உறவுகொண்டதில்லை. அதேபோல் எனக்கு முன் ஃபரி எந்த ஆணுடனும் உறவுகொண்டதில்லை. எப்படி என்று தெரியாமலேயே நான் அவளோடு உறவில் ஈடுபட்டேன். அவள் உறுப்பின் உள்பாகம் நம்ப முடியாத அளவுக்கு மிருதுவாக வும் சூடாகவும் ஈரமாகவும் இருந்தது. நான் நீண்ட நேரம் ஆடாமல் அசையாமல் அவள்மீது படுத்திருந்தேன். பின்னர், எனக்குக் கீழ் அவளாகவே உடலை அசைக்க ஆரம்பித்தாள் – முதலில் மெதுவாகவும், பின்னர் விரைவாகவும்! நான் மட்டும் அவளோடு

இணைந்த நிலையில் இல்லாதிருந்தால், எங்கள் வேடிக்கையான செய்கையைக் கண்டு நானே சிரித்திருப்பேன். ஒருவர் மாறி ஒருவர் உடலை அசைத்தபோது எங்களிடமிருந்து முனகல் சத்தம் எழுந்துகொண்டிருந்தது. நாங்கள் அவ்விதம் உருண்டு புரண்டு முனகல் எழுப்புவதைக் கற்பனை செய்து பார்த்தால் உண்மையில் என்னால் சிரிப்பை அடக்க முடியாது. ஆனால் நான் சிரிக்கவில்லை. இதுபோன்ற சுகத்தைச் சுய இன்பத்தில் அடைய முயன்றிருக்கிறேன். ஆயினும் ஃபரி தியாமோடு அனுபவித்த அந்தச் சுகம் அபாரமானது, அற்புதமானது. ஃபரி தியாம் உச்சநிலை அடைந்து கத்தினாள். நல்லவேளை அதனை யாரும் கேட்டுவிடவில்லை.

நாங்கள் தடுமாறிக்கொண்டு எழுந்தோம். அங்கு சூழ்ந்திருந்த இருளில் ஃபரி தியாமின் கண்களை என்னால் பார்க்க இயலவில்லை. இருந்தாலும் அன்று வானத்தில் முழு நிலவு ஒளிவிட்டுக்கொண்டிருந்தது – மரங்களுக்கிடையே செல்லும் நீரோடையில் பிரதிபலிக்கும் சூரியனைப் போல் பிரம்மாண்டமாகக் காட்சியளித்தது. அது விண்மீன்களையும் மறையச் செய்தது. ஆனால் அதன் பேரொளியிலிருந்து எங்களுக்கு எபனி மரங்கள் பாதுகாப்பளித்தன. ஃபரி தியாம் உடுத்திக்கொண்டாள். என்னைச் சிறு பிள்ளையாகப் பாவித்து நானும் உடுத்திக்கொள்ள உதவினாள். பின்னர், அவள் என் கன்னத்தில் முத்தமிட்டுவிட்டுக் காந்தியோல் கிராமம் நோக்கித் திரும்பிப் பாராமல் நடந்தாள். நான் நீண்ட நேரம் ஆற்றில் நிலவு தீப்பிழம்பாய்ப் பிரதிபலிப்பதைப் பார்த்துக்கொண்டு நின்றேன். எனக்கு எதைப் பற்றியும் சிந்திக்க இயலவில்லை. உண்மையில் போருக்குப் புறப்படு முன் ஃபரி தியாமைப் பார்த்தது அதுதான் கடைசித் தடவை.

15

மிஸ் பிரான்சுவா டாக்டர் ஃபிரான்சுவாவின் பல மகள்களில் ஒருத்தி. தன் சகோதரிகள் போலவே எப்போதும் வெண்ணிற ஆடையில் இருப்பாள். அவள் ஃபரி தியாம் என்னோடு உடலுறவு கொண்ட இரவில் என்னைப் பார்த்ததுபோலவே பார்த்தாள். ஃபரி போலவே அழகாக இருந்த அவளைப் பார்த்துப் புன்னகை செய்தேன். அவளுடைய நீலநிறக் கண்கள் அவளுக்குப் பொருத்தமாக இருந்தன. பதிலுக்கு அவளும் என்னைப் பார்த்துப் புன்னகைத்தாள். அத்துடன் அவள் பார்வை என் உடலின் நடுப்பகுதியை வட்டமிட்டது. அவள் டாக்டர் ஃபிரான்சுவா மாதிரி இல்லை. அவளிடம் உயிர்த் துடிப்பு நிறையவே இருந்தது. அவள் தன் நீல நயனங்களால் நான் தலையிலிருந்து கால்வரை அழகாக இருக்கிறேன் என்பதை உணர்த்தினாள்.

ஆனால் என் சகோதரனுக்கும் மேலான நண்பன் மதெம்பா தியோப் உயிரோடு இருந்திருந்தால், "இல்லை, நீ பொய் சொல்கிறாய். நீ அழகாய் இருக்கிறாய் என்று அவள் சொல்லவில்லை. நீ அவளுக்குத் தேவை என்றும் அவள் சொல்ல வில்லை. நீ பொய் சொல்கிறாய். நீ சொல்வது உண்மையில்லை. உனக்குப் பிரெஞ்சு தெரியாது" என்று சொல்லியிருப்பான். ஆனால் உண்மையில், அவள் கண்களின் மொழியைப் புரிந்துகொள்ள எனக்குப் பிரெஞ்சு தெரிய வேண்டிய அவசிய மில்லை. நான் அழகன் என்று எனக்குத் தெரியும். மற்றவர்கள் பார்வையும் அதனை உணர்த்தி யிருக்கிறது. நீலநிறக் கண்கள், கறுப்ப நிறக் கண்கள், பெண்களின் கண்கள், ஆண்களின் கண்கள், ஃபரி தியாமின் கண்கள் ஆகியவை எல்லாம் அதனையே உணர்த்தியிருக்கின்றன. அதேபோல்தான் காந்தியோல் கிராமத்துப் பெண்களின் கண்களும் – வயது வேறுபாடின்றி! மல்யுத்தப் போட்டியில் நான் அரை

நிர்வாணமாகத் தரையில் உருண்டு புரண்டு போராடுவதைப் பார்த்த ஆண், பெண் நண்பர்கள் எல்லோரும் அதே கருத்தைத் தெரிவித்தனர். அந்தச் சமயத்தில் என் சகோதரனுக்கு மேலான – எலும்பும் தோலுமான – நோஞ்சானான நண்பன் மதெம்பா தியோப்கூட நான்தான் மற்றவர்களைவிட அழகானவன் என்பதை மறுத்திருக்க மாட்டான்.

என்னைக் கேலி செய்ய மதெம்பா தியோப் எது வேண்டு மானாலும் சொல்லலாம். கிண்டல் செய்யும் உரிமை அதனை அனுமதிக்கிறது. எதிர்மாறாகப் பொருள்கொள்ளத்தக்க வகையில் நான் எப்படி இருந்தேன் என்று என்னைச் சீண்டலாம். காரணம், அவன் என் சகோதரனுக்கும் மேலானவன். உண்மையில் அவன் என் உடம்பைப் பற்றி எதுவும் தவறாகக் கூற முடியாது. நான் எவ்வளவு அழகனென்றால், நான் புன்னகைக்கும்போது – போர்க்களத்தின் பொதுமண்ணில் பலியாகிவர்களைத் தவிர– மற்றவர்களும் புன்னகைப்பார்கள். முத்துப் போன்ற என் பல் வரிசையைக் காட்டும்போது உலகில் எல்லோரையும் கேலி செய்யும் மதெம்பா தியோப்கூடத் தன் சொத்தைப் பற்களைக் காட்டுவான். என்னுடைய அழகான, மிகவும் வெண்மையான பற்களையும் என் மார்பையும் பரந்து விரிந்த தோள்களையும் என் இடையையும் என் தட்டையான வயிற்றையும் தசைப்பற்றான என் தொடைகளையும் பார்த்துப் பொறாமைப்படுவதாக ஒப்புக்கொள்ள மாட்டான். ஆனால் எவ்வளவு தூரம் அவன் என்னைப் பார்த்துப் பொறாமைப்பட்டான் என்பதையும், அதே சமயம் எந்தளவுக்கு என்மீது நேசம் வைத்திருந்தான் என்பதையும் உணர்த்த அவன் பார்வை மட்டுமே போதும். தொடர்ந்து நான்கு மல்யுத்தப் போட்டிகளில் வெற்றி பெற்று, நிலவின் ஒளியில் உடல் பளபளக்க என்னுடைய ரசிகர்களால் முற்றுகையிடப்படும்போது, மதெம்பாவின் பார்வை, ‘உன்னைப் பார்த்தால் பொறாமையாக இருக்கிறது. அதே சமயம், நான் உன்னை நேசிக்கிறேன்’ என்று எடுத்துக் கூறும்; “நான் நீயாக இருக்க விரும்புகிறேன். அதே சமயம் உன்னைப்பற்றிப் பெருமைப்படுகிறேன்” என்பதை உணர்த்தும்.

நான் இப்போது என் சகோதரனைவிட மேலான மதெம்பாவை இழக்க வேண்டியிருந்த போரிலிருந்தும் தலைகளைக் கொய்துவிடும் குண்டுகளிலிருந்தும் உலோக நிறத்திலிருக்கும் வானிலிருந்து கொட்டும் சிவப்புத் துகள்களி லிருந்தும் சாவு விசில் அடிக்கும் கேப்டன் அர்மானிலிருந்தும், போர்ப் பதக்கம் பெற்றிருக்கும் ஷொகொலா வீரர் இப்ராஹிமா சேக்கிலிருந்தும் வெகு தொலைவிலிருக்கும் நேரத்தில், நான் என் நண்பனைக் கேலி செய்திருக்கக் கூடாது என்று

நினைக்கிறேன். மதெம்பாவுக்குச் சொத்தைப் பற்கள். ஆனால் அவனிடம் துணிவு இருந்தது. மதெம்பாவின் நெஞ்சுக்கூடு சிறியது; ஆனால் அவனிடம் துணிவு இருந்தது. மதெம்பாவின் இடை சிறுத்திருக்கும்; ஆனால் அவன் உண்மையான போர் வீரன். இப்போது எனக்கு ஒன்று புரிகிறது, தெரிகிறது . நான் என் பேச்சால், அவன் தன்னுடைய துணிவைக் காட்டச் சீண்டியிருக்கக் கூடாது. அவன் இறந்த அன்று கேப்டன் அர்மான் விசில் அடித்துப் போர் தொடங்குவதை அறிவித்தவுடனேயே, மதெம்பா முதலில் சென்றதற்குக் காரணம், அவன் என் மீது பொறாமை கொண்டிருந்தாலும், என்னை நேசித்ததுதான். உண்மையான துணிவை எடுத்துக்காட்ட அழகான பற்களும் தோள்களும் உடல் வாகும் வலுவான கரங்களும் தொடைகளும் தேவையில்லை என்பதையே அவன் எடுத்துக்காட்ட விரும்பினான். ஆயினும் என் வார்த்தைகள் மட்டும்தான் அவனைக் கொன்றன என்று சொல்ல முடியாது. மதெம்பாவின் குல அடையாளம்பற்றி நான் கேலி செய்தது மட்டும்தான் வானிலிருந்து கொட்டிக்கொண்டிருக்கும் உலோகச் சிதறல்கள்போல் அவன் மனதைப் புண்படுத்தி அவனைச் சாகடித்தது என்றும் சொல்ல முடியாது. எனக்கு ஒன்று நிச்சயமாகத் தெரியும்: என் ஒட்டுமொத்த அழகும் பலமும் சேர்ந்துதான் என்மீது பொறாமை கொண்டும் என்னை நேசித்துக்கொண்டும் இருந்த என் சகோதரனுக்கு மேலான நண்பன் மதெம்பாவைக் கொன்றிருக்கின்றன. பெண்களின் பார்வை என் சரீரத்தில் பரவி, என் தோள்கள், மார்பு, கரங்கள், கால்கள் முதலியவற்றை வருடிச் சென்றதும்கூட அவனைக் கொன்றிருக்கிறது. அந்தப் பார்வை என் அழகான பல் வரிசையிலும் என் எடுப்பான மூக்கிலும் படர்ந்ததும்கூட அவன் சாவுக்குக் காரணமாகும்.

போர் மூள்வதற்கும், நாங்கள் இருவரும் எங்கள் ஊரைவிட்டுப் புறப்படுவதற்கு முன்பேகூட மக்கள் எங்கள் இருவரையும் பிரிக்க முயன்றார்கள். எங்கள் கிராமம் காந்தியோலிலிருந்து விஷமமான மக்கள் மதெம்பாவிடம் நான் ஒரு 'தெய்ம்' என்றும், அவன் தூங்கும்போது அவனுடைய சத்தையும் சக்தியையும் உறிஞ்சிக் குடித்துக்கொண்டிருக்கிறேன் என்றும் சொல்லி எங்களிடையே பிளவு ஏற்படுத்தத் தீர்மானித்தனர். இதே மக்கள் (இதனை எங்கள் இருவரையும் நேசித்த ஃபரி தியாம் சொன்னாள்) அவனிடம் "இதோ பார், அல்ஃபா நிந்தியாவின் அழகு நாளுக்கு நாள் மெருகேறிக்கொண்டிருக்கிறது. அதே சமயம், நீ எலும்பும் தோலுமாகவும், வனப்புக் குன்றியும் போய்க்கொண்டிருக்கிறாய்" என்று சொல்லிவந்தார்கள். "அவன் ஈவிரக்கமின்றி மற்றவர்கள் உயிரைக் குடிக்கும் 'தெய்ம்' ஆக இருப்பதால், அவன் உன்னுடைய சத்தையும் சக்தியையும்

உறிஞ்சிக் குடித்து விடுகிறான். அது உனக்கு இழப்பு. அவனுக்கு லாபம். அவனை விட்டு விலகு. அவனிடம் பழகாதே. இல்லையேல் நீ தேய்ந்துவிடுவாய். உன் உள்ளூறுப்புகளெல்லாம் காய்ந்து கருவாடாகிவிடும்" என்று அவனிடம் சொல்லிக்கொண் டிருந்தனர். இவ்வளவு கடுமையான எச்சரிக்கையையும் மீறி, அவன் என்னை விட்டுப் பிரிந்ததில்லை. என் அழகோடு என்னைத் தனித்து விட்டுவிடவில்லை. உண்மையில் மதெம்பா நான் ஒரு 'தெய்ம்' என்பதை நம்பவில்லை. மாறாக அவன் காயப்பட்ட உதடோடு ஒருநாள் என்முன் வந்தபோது, நிச்சயமாக அவன் எனக்கு ஆதரவாகத்தான் காந்தியோலில் இருந்த தீயவர்களை எதிர்த்துச் சண்டை போட்டிருக்கிறான் என்று நம்ப முடிந்தது. ஃபரி தியாம்தான் நாங்கள் இருவரும் போருக்குப் புறப்படும் முன் இதனை எனக்குச் சொன்னாள். எங்கள் இருவரையுமே நேசித்த அவள் மூலமாகத்தான் இன்னொரு விஷயத்தையும் அறிந்தேன். அவன் தன் குறுகிய நெஞ்சுக் கூட்டையும், குச்சி குச்சியான கால்களையும் கைகளையும் வைத்துக்கொண்டு, அவனைவிடப் பலம் வாய்ந்த இளைஞர்களிடம் அடிவாங்கப் பயப்படவில்லை. உண்மையில் என்னுடையதுபோன்ற அகலமான மார்பையும் வலுவான – திடமான கால்களையும் கைகளையும் கொண்டிருந்தால் சண்டையிடுவது சுலபம். ஆனால் – தங்கள் பலவீனத்தையும் மீறி அடிவாங்கத் துணிந்தவர்கள்தான் உண்மையான துணிவு மிக்கவர்கள். கடவுள் சத்தியமாக இதை நான் ஒப்புக்கொள்கிறேன் – மதெம்பாதான் என்னைவிடத் துணிவு மிக்கவன். ஆனால் இதை நான் அவன் இறப்பதற்கு முன்பே சொல்லியிருக்க வேண்டும் என்பதை உணர்கிறேன்.

நான் மிஸ் பிரான்சுவா பிரெஞ்சு மொழியைப் புரிந்து கொள்ளவில்லையாயினும், என் உடலின்மீது அவள் விட்ட நோட்டத்தின் அர்த்தத்தைப் புரிந்துகொண்டேன். அதைப் புரிந்துகொள்வது சுலபம். என்னை அடைய ஃபரி தியாமும் மற்றப் பெண்களும் அப்படித்தான் நோட்டம்விட்டார்கள்.

உண்மையைச் சொல்லப்போனால், இதற்கு முன் ஃபரி தியாமைத் தவிர வேறெவரையும் நான் விரும்பியதில்லை. என் வயதுப் பெண்களில் அவள்தான் பேரழகி என்றில்லை. ஆனால் அவள் புன்னகைதான் என் இதயத்தைக் கலக்கியது. ஃபரிதான் என்னை மிகவும் கவர்ந்தவள். அவள் குரல் இனிமையானது. காலை நேரத்தில் ஆற்றில் மீன் பிடிக்கும் படகுகளின் துடுப்புகள் தண்ணீரில் எழுப்பும் ஓசையை அது ஒத்திருக்கும். அவள் புன்னகை காலைப் பொழுதின் உதயம். அவள் புட்டம் லோம்பூல் பாலைவனத்தில் காணும் மணமேடுகள் போலிருக்கும். அவளுடைய கண்கள் ஒரே சமயத்தில் மானின் கண்களாகவும்

சிங்கத்தின் கண்களாகவும் இருக்கும். அவள் சமயத்தில் புயல், சமயத்தில் அமைதியான ஆழ்கடல். அவளுடைய அன்பைப் பெறுவதற்கு நான் மதெம்பாவை இழக்க நேரிட்டிருக்கலாம். நல்லவேளை, அவள்தான் எங்கள் இருவரில் என்னைத் தேர்ந்தெடுத்தாள். என் சகோதரனுக்கு மேலான நண்பனும் விலகிக்கொண்டான். ஃபரி என்னை எல்லோர் முன்னாலும் தேர்ந்தெடுத்ததால்தான் மதெம்பா விலகிக்கொண்டான்.

அவள் என்னைத் தேர்ந்தெடுத்தது கடுமையான உறைபனிக் காலத்து இரவில். என் வயதொத்தவர்களெல்லாம் ஒன்றுகூடி ஒருநாள் இரவை மதெம்பா வீட்டில் தூங்காமல் கழிப்பதென்று திட்டமிட்டோம். முழு இரவும் ஆட்டம் பாட்டம் என்று இருக்கத் தீர்மானித்தோம். மதெம்பா வீட்டு மதில் சுவருக்குள், நாங்கள் கூடி, மூரிஷ் டீயைப் பருகவும் இனிப்பு வகைகளைச் சுவைக்கவும் பெண்களிடம் மறைமுகமாகக் காதல் மொழி பேசவும் முடிவு செய்தோம். அதற்காக எல்லோரிடமும் பணம் வசூல் செய்து கிராமத்துப் பலசரக்குக் கடையில் மூன்று பாக்கெட் டீ யும் நீலத் தாள் தொன்னையில் சர்க்கரையும் வாங்கினோம். சர்க்கரையைக் கொண்டு நூறு சின்னச் சின்ன சிறுதானிய கேக்குகள் செய்தோம். மதெம்பா வீட்டு மதில் சுவர்களுக்குள் பரந்து விரிந்திருந்த பொடி மணலில் அகலமான பாய்களை விரித்துப் போட்டோம். இரவு சூழ்ந்ததும் ஏழு தணல் அடுப்புகளை வைத்து ஏழு பாத்திரங்களில் டீ தயாரித்தோம். கேக்குகளை பிரெஞ்சுக்காரர்கள் பயன்படுத்தும் பீங்கான் தட்டுகளில் ஆங்காங்கே கவனமாக வைத்தோம். எங்களிடமிருந்த மிக அழகான உடைகளை உடுத்திக்கொண்டோம். அதன் நோக்கம் நாங்கள் நிலவின் ஒளியில் பளிச்சென்று தெரிய வேண்டும். என்னிடம் பித்தான்கள் வைத்த சட்டை இல்லை. மதெம்பாதான் ஒன்றை இரவலாகக் கொடுத்தான். ஆனால் அது மிகவும் இறுக்கமாக இருந்தது. எனினும் பதினெட்டு இளம் பெண்கள் அங்கு வந்துசேர்ந்ததும் நான் பளிச்சென்று இருந்தேன்.

நாங்கள் அங்கு பதினாறு ஆண்டுகள் வாழ்ந்தோம். எங்கள் அனைவருக்கும் பிடித்தவள் ஃபரி தியாம்தான் – அவள் எல்லோரையும்விட அழகானவளாக இல்லையெனினும்! அவளும் மற்றவர்களை விட்டுவிட்டு என்னைத்தான் தேடிவந்தாள். பாய்மீது நான் அமர்ந்திருந்ததைப் பார்த்ததும் நேராக என்னருகில் வந்து சம்மணம் போட்டு உட்கார்ந்தாள். உண்மையில் என்னுடைய வலது தொடையும் அவளுடைய இடது தொடையும் ஒன்றையொன்று தொட்டுக்கொண்டிருந்தன. ஆனந்தத்தால் என் இதயம் படபடக்கத் தொடங்கியது. ஃபரி

என்னைத் தேர்ந்தெடுத்ததைக் காட்டிலும் மிகப் பெரிய ஆனந்தம் எனக்கு வேறெதுவும் இருக்க முடியாது.

பதினாறு ஆண்டுகள் ஒன்றாக வாழ்ந்திருந்தோம். எங்களுக்கு மகிழ்ச்சி தேவைப்பட்டது. இரட்டை அர்த்தத்தில் சிறு சிறு கதைகள் சொல்லிக் கொண்டோம். புதிர் விளையாட்டுகள் விளையாடினோம். மதெம்பாவின் சகோதரர்களும் சகோதரிகளும் தூங்கிக்கொண்டிருந்தார்கள். சத்தம் கேட்டு அவர்களும் ஒருவர்பின் ஒருவராக வந்து கலந்துகொண்டார்கள். ஃபரி மற்றவர்களை விட்டுவிட்டு என்னை மட்டுமே தேர்ந்தெடுத்ததால் உலகின் உச்சாணிக் கொம்புக்குப் போய்விட்டதாக நினைத்து மகிழ்ந்தேன். ஃபரியின் இடது கையை எடுத்து என் வலது கையில் வைத்து அழுத்தினேன். அவள் ஒன்றும் சொல்லவில்லை. ஃபரிக்கு நிகர் ஃபரிதான். ஆனால் அவள் தன்னை என்னிடம் ஒப்படைத்துவிட விரும்பவில்லை. அன்றைய இரவுக்குப் பின் நான் ஒவ்வொரு தடவையும் அவளுடன் உடலுறவு வைத்துக் கொள்ள விரும்பியபோதும் அவள் மறுத்துவிட்டாள். ஃபரி நான்கு ஆண்டுகளாகத் தொடர்ந்து "முடியாது," "முடியாது," "முடியாது" என்று சொல்லிக்கொண்டேவந்தாள். ஒரே வயதளவில் உள்ள ஓர் இளைஞனும், ஓர் இளம் பெண்ணும் உடலுறவு கொள்ளக் கூடாது. அவர்கள் நெருங்கிப் பழக நேர்ந்தாலும், ஒருக்காலும் அவர்கள் கணவன் மனைவி ஆகக் கூடாது. கிராமவாசிகளிடம் வழக்கத்தில் இருந்த இந்த விதியைப்பற்றி எனக்கும் தெரியும். தொன்றுதொட்டு வழக்கத்தில் இருந்துவரும் விதி அது. ஆனால் நான் அதனை ஏற்றுக்கொள்ளவில்லை.

ஒருவேளை நான் மதெம்பாவின் மரணத்துக்கும் முன்னரே சுயமாகச் சிந்திக்க ஆரம்பித்துவிட்டேன் என்று நினைக்கிறேன். கேப்டன் சொல்வதுபோல், 'நெருப்பு இல்லாமல் புகையாது'. பேல் நாடோடிகள் பழமொழியின்படி, 'அதிகாலைப்பொழுதைக் கொண்டே அன்றைய நாள் நன்றாக இருக்குமா, அல்லது மோசமாக இருக்குமா என்று சொல்லிவிடலாம்.' சில கடமைகள் அழகாக, நன்றாகப் புனையப்பட்டுச் சொல்லப்பட்டிருக்கும். ஆனால் அவை நல்லெண்ணத்துடன் கூடியவையா என்று கேட்கத் தோன்றும். ஒருவேளை, மனிதாபிமானமற்ற சில சட்டங்கள் மனிதாபிமானச் சட்டங்கள்போல் உலாவருவதை நான் புறக்கணிக்கத் தயாராக இருந்தேன்போலும். ஃபரி தியாமின் மறுப்புகளையும் மீறி, அவள் ஏற்றுக்கொள்வாள் என்ற நம்பிக்கையை வளர்த்தேன். ஏனென்றால், நானும் மதெம்பாவும் போருக்குப் புறப்படும் வரையில் அவள் ஏன் மறுத்து வந்தாள் என்பது எனக்குத் தெரியும்.

16

டாக்டர் பிரான்சுவா நல்ல மனிதர். அவர் நமக்குச் சிந்திக்க அவகாசம் கொடுப்பார். நாம் நம்மையே திரும்பிப் பார்க்கச் சந்தர்ப்பம் அளிப்பார். டாக்டர் பிரான்சுவா என்னையும் மற்றவர்களையும் ஒன்றுகூடச் செய்வார். பள்ளிக்கூடம்போல் மேசை நாற்காலிகள் போடப்பட்டிருக்கும் ஒரு பெரிய ஹாலில் எங்களை உட்காரச் செய்வார். நான் ஒருபோதும் பள்ளிக்குச் சென்றதில்லை. ஆனால் மதெம்பா சென்றிருக்கிறான். மதெம்பாவுக்குப் பிரெஞ்சு தெரியும், எனக்குத் தெரியாது. எங்களை நாற்காலியில் அமரச் செய்தபின், அவரது மகள் எங்கள் ஒவ்வொருவருக்கும் ஒரு தாளையும் பென்சிலையும் விநியோகிப்பாள். அந்தத் தாளில் எது வேண்டுமானாலும் வரையலாம் என்று டாக்டர் பிரான்சுவா சைகையால் உணர்த்துவார். அவர் மூக்குக் கண்ணாடி எல்லாவற்றையும் பெரிதுபடுத்திக் காண்பிக்கும். அதைக்கொண்டு அவர் எங்கள் தலைக்குள் என்ன இருக்கிறது என்று தெரிந்துகொள்ள முயற்சிக்கிறார் என்று எனக்குத் தெரியும், எனக்குப் புரியும். அவரது இரண்டு நீலக் கண்களும் எதிரிகளின் கண்கள்போல் எங்கள் தலைகளை உடலிலிருந்து கொய்துவிடத் துடிக்காது. மாறாக அந்தக் கூர்மையான இரண்டு நீலக் கண்களும் எங்கள் தலைக்குள் என்ன இருக்கிறது என்று ஆராய்ந்து அதனைக் காப்பாற்ற முற்படும். எனக்கு ஒன்று நன்றாகத் தெரிந்தது – புரிந்தது. எங்கள் மனதிலிருந்த போர் சார்ந்த குப்பைகளை அகற்ற எங்கள் சித்திரங்கள் அவருக்குப் பயன்பட்டன. போரினால் அசுத்தப்பட்ட எங்கள் சிந்தனைகளை டாக்டர் பிரான்சுவா அகற்ற முயன்றார் என்று எனக்குத் தெரியும், எனக்குப் புரியும்.

டாக்டர் பிரான்சுவா உண்மையில் ஆறுதல் அளிப்பவர். அவர் பெரும்பாலும் எங்களிடம் வாய்ப்பேச்சு வைத்துக் கொள்வதில்லை.

கண்களால்தான் பேசுவார். அது ஒரு விதத்தில் நல்லதாய்ப் போய்விட்டது. மதெம்பா மாதிரி நான் 'துபாப்' பள்ளிக்கூடம் போகாததால் எனக்குப் பிரெஞ்சு பேசத் தெரியாது. என் சித்திரங்களைக் கொண்டுதான் நான் டாக்டர் ஃபிரான்சுவாவிடம் பேசுவேன். டாக்டர் ஃபிரான்சுவாவுக்கு என் சித்திரங்கள் பிடித்திருந்தன. அவர் என்னைப் புன்னகையோடு பார்க்கும்போது, அதைத் தன் இரண்டு பெரிய கண்களால் உணரச் செய்தார். டாக்டர் ஃபிரான்சுவா தலையசைப்பார். உடனே அவர் என்ன சொல்கிறார் என்று எனக்குப் புரிந்துவிடும். என்னுடைய சித்திரங்கள் தெளிவாகவும் செய்திகளைத் தெளிவாக உணர்த்துவதாகவும் இருக்கின்றன என்று சொல்ல விரும்பினார். வெகு விரைவிலேயே எனக்கு ஒன்று தெரிந்துவிட்டது, புரிந்துவிட்டது. என் சித்திரங்களை டாக்டர் ஃபிரான்சுவா வரலாறுபோல் படித்தார்.

அவர்கள் கொடுத்த தாளில் நான் முதலில் வரைந்தது ஒரு பெண்ணின் தலை – என் தாயாரின் தலை. உண்மையில் என் நினைவில் என் தாயார் மிகவும் அழகாக இருந்தாள். அவளை 'பேல்' பாணியில் தலை அலங்காரம் செய்து, நகைகளும் அணிவித்திருந்தேன். நான் வரைந்த அழகான கோடுகளைப் பார்த்த டாக்டர் ஃபிரான்சுவாவால் வியப்பிலிருந்து மீள முடியவில்லை. மூக்குக் கண்ணாடிக்குப் பின்னிருந்த அவருடைய பெரிய நீலக் கண்கள் அதனைத் தெளிவாகவே உணர்த்தின. வெறும் பென்சிலை வைத்துக்கொண்டு என் தாயின் தலையைத் தத்ரூபமாக வரைந்திருந்தேன். எனக்கு வெகு சீக்கிரமே ஒன்று தெரிந்துவிட்டது, புரிந்துவிட்டது. அதாவது, என் தாயின் முகத்தைப்போல் ஒரு பெண்ணின் முகத்தை எவ்வாறு உயிர்ப்புடன் வரைவது என்று. தாளில் ஒரு சித்திரம் வரையும்போது அதற்கு உயிர்ப்புத் தருவதற்கு நிழலையும் ஒளியையும் அதில் சரியாகத் தீட்டிவிட வேண்டும். என் தாயின் கண்களில் நிறைய ஒளி தெரியுமாறு செய்தேன். காகிதத்தின் வெண்மையைப் பென்சிலால் கறுப்பாகச் செய்யாமல் பார்த்துக்கொண்டதனால், அந்த ஒளியைக் காட்ட முடிந்தது. அவள் தலையின் உயிர்ப்பைக் காட்ட என் பென்சிலால் அங்கும் இங்கும் நுணுக்கமான சில மெல்லிய கோடுகளை வரைந்தேன். கடவுள் புண்ணியத்தில், என் தாயார் அவள் அணிந்திருந்த காது வளையங்களோடும் பவுன் மூக்குத்திகளோடும் அழகாக இருந்தாள் என்று டாக்டர் ஃபிரான்சுவாவுக்குக் காண்பிக்க முடிந்தது. கண்ணில் மையோடும் உதட்டில் சாயத்தோடும் ஒழுங்கான வெள்ளைப் பல் வரிசையோடும் தலை முடியில் அங்குமிங்கும் சில பொன்னிற முடியோடும் எவ்வளவு அழகாகக் காட்சியளித்தாள் என்று எடுத்துக்காட்ட முடிந்தது. அவளை ஒளியோடும் நிழலோடும்

வரைந்தேன். உண்மையில் நான் கரித்துண்டால் வரைந்த வாயினால், தான் மறைந்துவிட்டதாகவும், என்னை மறக்க வில்லை என்றும் அவள் சொன்னதை டாக்டர் ஃபிரான்சுவா கேட்டிருப்பார்போலும். அவள் என்னை ஒரு வயதான தந்தை யிடம் விட்டுவிட்டு மறைந்துவிட்டதாகவும் ஆனால் என்னிடம் இன்னும் அன்பு வைத்திருப்பதாகவும் சொல்லியிருக்க வேண்டும்.

என் அம்மா, என் அப்பாவுக்கு நான்காவது–கடைசி– மனைவி. என் தாய் முதலில் அவருக்கு மகிழ்ச்சி தருபவளாகவும் பின்னர் தொல்லை தருபவளாகவும் இருந்திருக்கிறாள். என் அம்மா யோரோபா என்னும் இடையரின் ஒரே மகள். ஒவ்வொரு ஆண்டும் கிடைகள் தெற்கு நோக்கி இடம்பெயரும்போதும் என் அப்பாவின் வயல்கள் வழியாகத்தான் செல்லும். எங்கள் ஊர் காந்தியோல் அருகே இருக்கும் நியாயே சமவெளிகள் எப்போதுமே பசுமையாய் இருக்கும். கோடை காலத்தில், செனெகல் ஆற்றுப் படுகையிலிருந்து யோரோபாவின் மந்தைகள் அங்கு வருவதுண்டு. யோரோபாவுக்கு என் அப்பாவைப் பிடிக்கும். காரணம், அவருடைய வற்றாத நீர்க் கேணிகளை யோரோபா தாராளமாகப் பயன்படுத்திக் கொள்வார். ஆனால் காந்தியோல் குடியானவர்களுக்கு யோரோபா போன்ற 'ஃபூலா' இன இடையர்களைப் பிடிக்காது. என் அப்பா மற்றக் குடியானவர்களைப்போல் அல்ல. அவர் தன் கேணிகளைப் பயன்படுத்திக் கொள்வதற்கு வயல்களுக்கு நடுவே ஒரு பாதையே போட்டிருந்தார். எதற்காக என்று கேட்டால், எல்லோரும் வாழ வேண்டும் என்று பதில் சொல்வார். விருந்தோம்பல் என் தந்தையின் இரத்தத்தில் ஊறிய ஒன்று.

ஃபூலா இனத்தவர் ஒருவருக்குக் கொடுக்கும் இதுபோன்ற கொடை வீண்போகாது. ஃபூலா இனத்தைச் சேர்ந்த யோரோபா தன் மந்தையைத் தாராளமாக என் அப்பாவின் வயல் வழியே ஓட்டிச் செல்வதனால், கைமாறாக அவருக்கு ஏதாவது கொடுத்தாக வேண்டும். இதை என் அம்மாதான் சொன்னாள். ஃபூலா இனத்தைச் சேர்ந்த ஒருவன் ஒரு பரிசு பெற்றுவிட்டுப் பதிலுக்கு ஏதாவது கொடுக்கவில்லை என்றால் வெட்கத்தில் மடிந்துவிடுவான். குறி சொல்பவன் ஒருவன் பாட்டுக்கு எதுவும் கொடுக்க முடியவில்லையெனில் ஃபூலா இனத்தவன் தான் கட்டியிருக்கும் துணியைக் கழற்றிக் கொடுக்கத் தயங்க மாட்டான். அதுவும் இல்லையென்றால் தன் காதைக்கூட அறுத்துக் கொடுக்கத் துணிவான்.

அப்போது யோரோபா மனைவியை இழந்தவன். தன்னிடமிருந்த வெள்ளை, சிவப்பு, கறுப்புப் பசுக்கள் அனைத்தையும் அவன் நேசித்தான். அதேபோல் ஐந்து ஆண்

வாரிசுகள் இருந்தபோதும், தன் ஒரே மகளைத்தான் அதிகம் நேசித்தான். யோரோபாவுக்குத் தன் பெண் பெண்டோபா விலை மதிக்க முடியாதவள். அவள் ஓர் இளவரசனை மணக்கத் தகுதியானவள். பெண்டோவினால், யோரோபாவுக்குப் பெரிய சீதனம் கிடைக்க வாய்ப்பு இருந்தது. அல்லது அதற்கு இணையாக, முப்பது வடக்கத்திய ஒட்டகங்கள் கொண்ட ஒரு மந்தைகூடக் கிடைக்கலாம். இதனை என் அம்மாதான் எனக்குச் சொன்னாள்.

யோரோபா தன் சமூகத்தில் மதிக்கத்தக்க ஒருவராக இருந்தார். இந்நிலையில் ஒருநாள் என் வயதான தந்தையிடம் அடுத்த முறை அங்கு வரும்போது, தன் மகள் பென்தோபாவை அவருக்குத் திருமணம் செய்து கொடுக்கிறேன் என்று வாக்களித்தார். தன் பெண்ணைக் கொடுப்பதற்கு அவர் ஒன்றும் சீர்வரிசை கேட்கவில்லை. அவர் என் அப்பாவிடம் கேட்டது ஒன்றே ஒன்றுதான் – தன் மகளின் திருமணத்திற்கு அவர் ஒரு நாளை நிச்சயிக்க வேண்டும் என்பதுதான். மீதி எல்லாவற்றையும் தானே பார்த்துக்கொள்வதாகச் சொல்லிவிட்டார் யோரோபா. திருமணத்துக்குத் தேவையான துணிமணிகள், பொன் நகைகள் முதற்கொண்டு அவரே வாங்கிவிட்டார். திருமணத்தன்று விருந்துக்காகத் தன்னுடைய மந்தையிலிருந்து இருபது மாடுகள் கொடுத்தார். பிரான்சில் நெய்யப்பட்ட சரிகை ஓரங்கட்டப்பட்ட மெல்லிய, விலையுயர்ந்த துணியை மீட்டர் கணக்கில் வாங்கி அங்கு பாட்டிசைக்க வந்திருந்த நாட்டுப்புறக் கலைஞர்களுக்குப் பரிசாக அளித்தார்.

ஒரு வயல் வழியே மந்தைகள் போவதற்குக் கைமாறாக, மதிப்பு மிக்க ஒரு ஃபூலா இனத்தவர் தன் பெண்ணைக் கொடுக்க முன்வந்தால் யார்தான் வேண்டாமென்பார்? எதற்கு என்று வேண்டுமானால் கேட்கலாம். ஆனால் வேண்டாம் என்று சொல்ல முடியாது. உண்மையில் என் அப்பா 'எதற்கு' என்று கேட்டார். யோரோபா சொன்ன பதிலை என் அம்மா எனக்குச் சொன்னாள் – "பஸ்ஸிரு கும்பா நிந்தியாயே, நீ ஒரு சாதாரண குடியானவன். ஆனால் மனதால் உயர்ந்தவன். 'மனிதன் ஒருவன் சாகும்வரை அவன் படைக்கப்பட்டுக்கொண்டிருக்கிறான்' என்று எங்கள் குலப் பழமொழி ஒன்று உண்டு. நான் எத்தனையோ மனிதர்களைப் பார்த்திருக்கிறேன். ஆனால் உன்னைப் போல் பார்த்ததில்லை. உன்னிடமிருந்து நான் பாடம் கற்றுக்கொள்கிறேன். விருந்தோம்பலில் நீ ஓர் இளவரசன். அதையறியாத ஓர் அரசனின் இரத்தத்தோடு என் இரத்தத்தைக் கலந்துவிடுகிறேன். என் பெண்ணை உனக்குத் திருமணம் செய்துவைப்பதால், அசையாதிருப்பதை அசைவதோடும், தடைபட்டு நிற்கும் காலத்தைப் போய்க்கொண்டிருக்கும் காலத்தோடும், இறந்த காலத்தோடு நிகழ்காலத்தையும் இணைத்து வைக்கிறேன்.

ஆழமாக வேர்விட்டிருக்கும் மரங்களை அவற்றின் இலைகளை அசைத்துப்பார்க்கும் காற்றோடும், பூமியை ஆகாயத்தோடும் ஒன்றுசேர்க்கிறேன்."

தன் பெண்ணைக் கொடுக்க முன்வரும் மதிப்பு மிக்க இனத்தைச் சேர்ந்த ஒருவனிடம் 'வேண்டாம்' என்று சொல்ல முடியாது. ஆகவே ஏற்கெனவே மூன்று மனைவிகள் உயிரோடு இருக்கையில், அவர்கள் சம்மதத்தோடு என் தந்தை 'சரி' என்று சொல்லிவிட்டார். என் தந்தையின் நான்காவது மனைவி பெண்டோபாதான் என்னைப் பெற்றெடுத்தவள்.

ஆனால் பெண்டோபா திருமணமாகி ஏழு ஆண்டுகள் கழிந்த பின்பு, அதாவது என்னுடைய ஆறாவது வயதில் யோரோபாவும் அவரது மகன்கள் ஐந்து பேரும் அவர்கள் மந்தையும் காந்தியோல் திரும்பி வருவதை நிறுத்தி விட்டார்கள்.

அவர்கள் திரும்பி வருவார்கள் என்ற நம்பிக்கையில்தான் அடுத்த இரண்டு ஆண்டுகள் பெண்டோபா உயிர் வாழ்ந்தாள். முதலாம் ஆண்டு, என் தந்தையின் மற்ற மூன்று மனைவிகளிடமும் என் தந்தையிடமும் தன்னுடைய ஒரே பிள்ளையாகிய என்னிடமும் சுமுகமாகவே இருந்தாள். ஆனால் மகிழ்ச்சியாக இல்லை. ஒரே இடத்தில் இருப்பது அவளுக்குப் பிடிக்கவில்லை. அவள் வயதான என் தந்தையை மணந்தபோது, குழந்தைப் பருவத்தை அப்போதுதான் கடந்து வந்திருந்தாள். கொடுத்த வாக்கை மீறக் கூடாது என்பதாலும், யோரோபோவின் மீதிருந்த மரியாதையினாலும்தான் அவள் என் தந்தையை மணந்துகொள்ளச் சம்மதித்திருக்கிறாள். நாளடைவில் அவளுக்கு என் தந்தைமீது நேசம் பிறந்தது. காரணம், அவர் அவளுக்கு எதிர்மறையானவர். அவர் சுற்றிலும் மாறாதிருந்த இயற்கைக் காட்சிபோல் முதிர்ச்சியடைந்திருந்தார். அவளோ மாறிக்கொண்டே இருக்கும் வானத்தைப் போல் இளமையாக இருந்தாள். அவர் பவோபாப் மரம்போல் அசைவின்றி இருந்தார். அவளோ காற்றின் மகள். சில சமயங்களில் எதிரும் புதிருமாக இருப்பவர்களிடம், வேறுபாடுகளின் காரணமாகவே ஒருவித ஈர்ப்பு இருக்கும். பெண்டோபா வயதான என் தந்தையை நேசித்ததற்குக் காரணம் அவரிடம் உலகைப் பற்றிய ஞானமும் மாறி மாறி வரும் பருவநிலைகளைப் பற்றிய ஞானமும் இருந்தன. அவர் பெண்டோபாவைப் போற்றியதற்குக் காரணம், அவள் அவரிடம் இல்லாததையெல்லாம் பெற்றிருந்தாள் – துடிப்பு, ஒரே இடத்தில் முடங்கிக் கிடக்காத துள்ளல், புதுமை.

தொடர்ந்து ஏழு வருடங்கள் பெண்டோபாவின் தந்தை, சகோதரர்கள், அவர்கள் மாட்டு மந்தை எல்லாம் ஒவ்வொரு வருடமும் காந்தியோல் கிராமத்துக்கு வந்துகொண்டிருந்தன.

அப்போது மட்டுமே அவளால் அசைவற்றிருப்பதைப் பொறுத்துக்கொள்ள முடிந்தது. அவர்கள் வரும்போது அவர்கள் பயணத்தின் மணமும் கூடாரத்து வாசனையும் மாடுகளைச் சிங்கங்களிலிருந்து காப்பாற்ற அவர்கள் இரவில் காவல் இருந்த வாடையும் உடன்வரும். வரும் வழியில் சில மாடுகள் காணாமல் போயிருக்கும். அவற்றை அவர்கள் பின்னால் கண்டுபிடித்துவிடுவார்கள் – உயிரோடாவது அல்லது பிணமாகவாவது. அவற்றின் நினைவுகளைக் கண்களில் சுமந்து வருவார்கள். பகல் வேளைகளில் தூசியினால் மறைக்கப்பட்ட சாலைகளை இரவில் விண்மீன்களின் வெளிச்சத்தில் எவ்வாறு கண்டுபிடித்தோம் என்று சொல்வார்கள். காந்தியோல் கிராமத்துக்கு அவர்கள் தங்கள் வெள்ளை, சிவப்பு, கறுப்புப் பசுக்களை நியாயே பசும்புல் சமவெளிக்கு ஓட்டி வருவார்கள். அப்படி வரும்போது ஒவ்வொரு தடவையும் தங்கள் நாடோடி வாழ்க்கையைத் தங்கள் இசை நயம் மிக்க ஃபூலா மொழியில் எடுத்துச் சொல்வதுண்டு.

அவர்கள் திரும்பி வருவதையே பெண்டோபா தன்னுடைய வாழ்வாதாரமாகக் கொண்டு காந்தியோலில் வாழ்ந்தாள். அவர்கள் வராமல் விட்ட முதல் ஆண்டே வாடிப்போய்விட்டாள். இரண்டாவது, அவர்கள் வராமல் விட்டவுடன் அவள் சிரிப்பதை நிறுத்திவிட்டாள். வறட்சிக் காலம் வந்துவிட்டால், ஒவ்வொரு நாள் காலையும் யோரோபா தன் மந்தையை அழைத்துச் செல்லும் நீர்நிலைக்கு என்னை அனுப்பிப் பார்த்துவரச் சொல்லுவாள். என் தந்தை தன் வயல்களின் நடுவே வகுத்திருந்த பாதையைக் கவலையோடு உற்றுநோக்கிக்கொண்டிருப்பாள். தன் சகோதரர்கள் வரும் ஓசையையும் யோரோபாவின் பசுக்கள் எழுப்பும் ஒலியையும் கேட்பதற்காகத் தன் காதுகளைத் தீட்டிவைப்பாள். நாங்கள் தூர வடக்கு எல்லையிலிருந்து நீண்ட காத்திருப்புக்குப் பிறகு காந்தியோலுக்குத் திரும்பி வரும்போது அவள் முகத்தில் ஏற்பட்டிருக்கும் சோகத்தையும் தனிமையையும் நான் இரகசியமாகப் பார்த்திருக்கிறேன். எனக்கு அப்போது வயது ஒன்பது. ஒருநாள் என் தந்தை பெண்டோபா மீதுள்ள காதலால், அவளிடம் அவள் தந்தையையும் மாடுகளையும் பார்த்துவரச் சொன்னார். அவள் இறந்துபோவதைவிட வெளியில் போய்வருவதே மேல் என்று நினைத்தார். அது எனக்கு நன்றாகத் தெரிந்தது, புரிந்தது. அவள் தன் வீட்டிலிருந்து இறந்துபோய் காந்தியோல் கிராமத்துக் கல்லறையில் அடக்கம் செய்யப் படுவதைவிட எப்படியாவது உயிர் பிழைத்திருந்தால் போதும் என்று நினைத்திருந்தார். அவள் கிளம்பிப் போனவுடன், அவருக்கு வயது முதிர்ச்சி அதிகமாகிவிட்டது. நாளாக நாளாக அவர் முடி வெளுத்துவிட்டது. ஒவ்வொரு நாளாக அவர் முதுகு மேலும் மேலும் வளைந்தது. ஒவ்வொரு நாளும் அவர்

ஓசையின்றிப் படுத்துவிடுவார். பெண்டோபா கிளம்பிய பின் அவர் அவளுக்காகக் காத்திருக்கத் தொடங்கினார். நல்லவேளை அவரை யாரும் கேலி செய்ய நினைக்கவில்லை.

பெண்டோபா என்னையும் தன்னோடு அழைத்துக்கொண்டு போக விரும்பினாள். ஆனால் வயதான என் தந்தை மறுத்து விட்டார். எனக்கு அவ்வளவு தூரம் செல்லும் வயது இல்லை என்று சொல்லிவிட்டார். ஒரு சின்னக் குழந்தையை அழைத்துக் கொண்டு யோரோபாவைத் தேடுவது சுலபமல்ல. ஆனால், எனக்கு ஒன்று தெரிந்துவிட்டது, புரிந்துவிட்டது. பெந்தோவுடன் நான் போனால், அவள் திரும்பிவர மாட்டாள் என்று அவர் நினைத்திருக்கிறார். நான் காந்தியோலில் இருந்தால், அவள் திரும்பி வருவதற்கு வலுவான காரணம் இருந்தது. என் தந்தை அந்த அளவுக்கு பெந்தோவை விரும்பினார்.

ஒருநாள் மாலை, புறப்படுவதற்குச் சில நாட்களுக்கு முன்பு, என் தாய் பெண்டோபா, என்னைத் தன் கைகளில் அள்ளி அணைத்தாள். நான் இன்னும் கற்றுக் கொள்ளாத ஃபுல்ஃபுல்த் என்னும் அவளுடைய அழகான மொழியில், நான் பெரிய பையன் என்றும் அவளுடைய நிலைமை எனக்குப் புரியும் என்றும் சொன்னாள். அவள் தன் தந்தைக்கும் சகோதரர்களுக்கும் மாட்டு மந்தைக்கும் என்ன நிகழ்ந்து என்று தெரிந்துகொள்ள வேண்டியிருந்தது. நமக்கு உயிர் கொடுத்தவர்களை நாம் ஒருபோதும் கைவிட்டுவிடக் கூடாது. அவர்களுக்கு என்ன ஆனது என்று தெரிந்தவுடன் அவள் திரும்பி வந்துவிடுவாள். அவள் சொன்ன வார்த்தைகள் எனக்கு இதமாகவும் அதே சமயம் வருத்தமாகவும் இருந்தன. அவள் வேறெதுவும் சொல்லவில்லை. அவள் புறப்பட்டதிலிருந்து, என் தந்தையைப் போல் நானும் காத்திருக்க ஆரம்பித்தேன்.

என் ஒன்றுவிட்ட சகோதரன் நிதியாகா ஒரு மீனவன். வயதான என் தந்தை அவனிடம் சொல்லி அவனுடைய படகில் பெண்டோபாவை ஆற்றின் வடக்கேயும் கிழக்கேயும் எவ்வளவு தூரம் முடியுமோ அவ்வளவு தூரம் கொண்டுசென்று விடும்படி சொன்னார். என் அம்மா பாதி தூரம் என்னையும் அழைத்துச் செல்லக் கேட்டுக்கொண்டார். இந்தியாகா தன் பெரிய படகோடு ஒரு சின்னப் படகை இணைத்து அதில் என்னையும், என் அம்மாவையும், சலியூ என்னும் இன்னும் ஒரு சகோதரனையும் அழைத்துச் சென்றான். நான் காந்தியோலுக்குத் திரும்பி வரும் நேரம் வந்ததும் சலியூ எனக்குத் துணையாக வருவான். படகின் முன்புறத்தில், அருகருகில் அமர்ந்துகொண்டு நானும் என் அம்மாவும் மௌனமாகக் கைகளைப் பிணைத்துக்கொண்டிருந்தோம். நாங்கள் இருவரும் தொடுவானத்தைப் பார்த்துக்கொண்டிருந்தோம். ஆனால் உண்மையில் எங்களுக்கு அதன்மீது கவனமில்லை.

ஆத்ம சகோதரன் 81

அவ்வப்போது படகு ஏறுமாறாக ஆடும். அப்போது என் தலை என் அம்மாவின் துணி மூடாத தோளில் சாயும். அப்போது அவளுடைய உடல் வெப்பம் என் வலது காதில் பாயும். கடைசியில் என் தலை அவள் தோளை விட்டகலாமலிருக்க அவள் கையைப் பற்றிக்கொண்டேன். நாங்கள் கிளம்பும்போது எங்கள் பிரயாணம் இனிதே முடிய, மாமே கும்பா பாங் என்னும் தேவதைக்கு நிறையத் தயிர் அபிஷேகம் செய்துவிட்டுத்தான் புறப்பட்டோம். ஆயினும் எனக்குள் அந்தப் பிரயாணம் அதிக நேரம் பிடிக்க வேண்டுமென்று கனவுகண்டேன். என் ஒன்றுவிட்ட சகோதரர்கள் தங்கள் பலம் கொண்ட மட்டும் துடுப்புப் போட்டுக்கொண்டிருந்தாலும்கூட, அந்தத் தேவதை தன் நீண்ட நெடிய நீர்க் கைகளாலும், பாசித் தலைமுடியினாலும் எங்கள் படகின் வேகத்தைக் குறைக்கும்படி வேண்டிக்கொண்டேன். என் ஒன்றுவிட்ட சகோதரர்கள் களைத்துப்போய் மௌனமாகி விட்டார்கள். என் அம்மாவையும் அவளை விட்டுப் பிரியப் போகும் அவள் ஒரே பிள்ளையான என்னையும் நினைத்துக் கவலைப்பட்டார்கள். அவர்களும்கூட என் அம்மாமீது பாசம் வைத்திருந்தார்கள்.

பிரிய வேண்டிய நேரம் வந்தது. மௌனமாகத் தலை குனிந்து, அம்மாவிடம் ஆசீர்வாதம் வாங்க எங்கள் இணைந்த கைகளை நீட்டினோம். அவள் ஏதோ புரியாத பிரார்த்தனைகளை முணுமுணுத்தாள். குரானை எங்களைவிட அதிகம் படித்திருந்த அவள் அதன் வரிகளைக் கொண்டு ஆசீர்வதித்தாள். அவள் மௌனமானதும், நீரூற்றிலிருந்து ஏதோ பருகுவதுபோலும், அவளுடைய மூச்சுக் காற்றைச் சேகரிப்பதுபோலும் எங்கள் கைகளை இணைத்து முகத்தைத் தடவிக்கொண்டோம். பின்னர் நானும் சலியூவும் இருந்த சின்னப் படகை, நிதியாகா ஏதோ ஒரு கோபத்தில் இருப்பவன்போல மடமடவென்று கழற்றிவிட்டான். தன் கண்களில் எழுந்த கண்ணீரை அவனாலும் கட்டுப்படுத்த முடியவில்லைபோலும். அப்போது என் அம்மா கடைசியாக ஒருமுறை என்னை உற்றுப் பார்த்தாள். என் உருவத்தைத் தன் மனதுக்குள் தேக்கிவைப்பதுபோல் தோன்றியது. அவள் அழுவதை நான் பார்க்கக் கூடாது என்று அவள் தீர்மானித்திருந்தாள் என்பது எனக்கு நிச்சமாகத் தெரிந்தது. உண்மையான ஃபூலா இனத்துப் பெண் தன் மகன் எதிரில் அழ மாட்டாள். நான் கூடியமட்டும் அழுதேன். அழுதுகொண்டே இருந்தேன்.

பெண்டோபாவுக்கு என்ன ஆனது என்று யாருக்கும் தெரியாது. என் ஒன்றுவிட்ட சகோதரன் நிதியாகா அவளை சேன் – லூயி பெருநகரம் வரையில் தன் படகில் கொண்டு

போயிருக்கிறான். அதன் பின் சதிபு கேயே என்னும் இன்னொரு மீனவனிடம் அவளை ஒப்படைத்திருக்கிறான். சதிபு கேயே அவளை தியேரியில் வலால்தே வரை கொண்டுவிட ஓர் ஆட்டின் விலைக்குச் சம்மதித்திருக்கிறான். பொதுவாக அக்காலகட்டத்தில் வலால்தேயில்தான் யோரோபாவும் அவன் ஐந்து பிள்ளைகளும் அவர்கள் மந்தைகளோடு வந்து தங்கிப்போவார்கள். துரதிர்ஷ்டவசமாக அப்போது நீர்மட்டம் குறைந்திருந்தது. சதிபு கேயே அவளைத் தன் உறவினன் பதாரா தியாவிடம் ஒப்படைத்துத் தரை மார்க்கமாக வலாதேவரை அழைத்துச் செல்லச் சொல்லியிருக்கிறான். இம்போயோ கிராமத்துக்கு அப்பால், அவர்களை மிகச் சிலரே பார்த்திருக்கிறார்கள். அதன் பின் அவர்கள் காட்டுப் பகுதியில் மறைந்துவிட்டார்கள். பதாரா தியாவும் என் அம்மாவும் வலால்தேவுக்குப் போகவேயில்லை.

பின்னர் இதை எங்கள் தந்தை எங்களுக்குத் தெரிவித்தார். காத்திருந்து காத்திருந்து அலுத்துப்போய் அவர் என் ஒன்றுவிட்ட சகோதரன் நிந்தியாகாவிடம் சொல்லி சதிபு கேயேவிடம் விசாரிக்கச் சொல்லியிருக்கிறார். சதிபு கேயே உடனே பொதோர் கிராமத்திற்குச் சென்று பதாரா தியாவின் குடும்பத்திடம் விசாரித்தான். அவர்களுக்கு ஒரு மாதமாக பதாரா தியாவிடமிருந்து ஒரு தகவலும் கிடைக்காமல் போகவே, அவன் வரும் பாதையெல்லாம் அவர்கள் விசாரித்திருக்கிறார்கள். அவர்கள் சதிபு கேயேவிடம் இரத்தக் கண்ணீர் வடித்துக்கொண்டே சொன்னார்கள். அவர்கள் பயந்ததுபோலவே, இம்போயோ கிராமத்திற்குச் சற்றுத் தொலைவில் பதாராவும் பெண்டோபாவும் பன்னிரண்டு மூரிஷ் குதிரை வீரர்களால் கடத்தப்பட்டிருக்கிறார்கள். கிராமத்தார்கள் ஆற்றங்கரையில் தென்பட்ட காலடித் தடயங்களை வைத்து இதைத் தீர்மானித்திருக்கிறார்கள். வடக்கிலிருந்து வந்த மூரிஷ்காரர்கள் கறுப்பர்களைக் கடத்திச் சென்று அவர்களை அடிமைகளாக்கிவிடுவார்கள். எனக்கு ஒன்று நன்றாகத் தெரிகிறது. பெண்டோபாவின் அழகைப் பார்த்ததும், அவளைப் பெரிய ஷேக்குகளுக்கு முப்பது ஒட்டகங்கள் விலைக்கு விற்றிருப்பார்கள். எனக்கு இன்னொன்றும் நன்றாகத் தெரிகிறது. அவர்கள் பதாரா தியாவையும் பிடித்துச் சென்றதற்குக் காரணம், பெண்டோபாவைத் திருடிச் சென்றதற்கு யாரும் பழிவாங்க வரக் கூடாது என்பதுதான். பெண்டோபாவை மூரிஷ்காரர்கள் பிடித்துச்சென்ற செய்தி கேட்டு என் தந்தை ஒரேயடியாகக் கிழவராகிவிட்டார். அவர் எப்போதும்போல் சிரித்தார், புன்னகைத்தார், உலக நடப்புகளைக் கேலிசெய்தார். ஆனால் அவர் முன்பிருந்ததுபோல் இல்லை. ஒரே நிமிடத்தில் தன் இளமையான தோற்றத்தில் பாதியையும் தன் சந்தோஷத்தில் பாதியையும் இழந்துவிட்டார்.

17

டாக்டர் பிரான்சுவாவுக்காக நான் வரைந்த இரண்டாவது படம் என் சகோதரனுக்கு மேலான நண்பன் மதெம்பாவின் படம். இந்தப் படம் அவ்வளவு அழகாக இல்லை. எனக்குத் திறமை இல்லாமலில்லை. ஆனால் அவன் அருவருப்பாக இருப்பான். நான் சொல்வது எல்லா வகையிலும் உண்மையில்லை எனினும், மரணம் எங்களைப் பிரித்தாலும், எங்களுடைய கேலிசெய்யும் பழக்கம் இன்னும் இருந்துகொண்டுதான் இருக்கிறது. வெளித்தோற்றத்தில் மதெம்பா என்போன்று அழகாக இல்லையெனினும் அகத்தில் என்னைவிட அதிக அழகோடு இருந்தான்.

என் அம்மா புறப்பட்டுப் போய்த் திரும்பி வராமல் இருந்த போது மதெம்பாதான் என்னை அழைத்துக்கொண்டான். அவன்தான் என் கையைப் பிடித்து அவர்கள் வீட்டு மதிலைத் தாண்டி அழைத்துச் சென்றான். நான் மெல்ல மெல்லத்தான் அவர்கள் வீட்டில் ஐக்கியமானேன். முதலில் ஒருநாள் இரவு அவர்கள் வீட்டில் தூங்கினேன். பின்னர் தொடர்ந்து இரண்டு இரவுகள். அதன்பின் மூன்று இரவுகள். நான் மதெம்பா வீட்டில் படிப்படியாகத்தான் தங்க ஆரம்பித்தேன். என்னுடைய அம்மா இனிமேல் வரப்போவதில்லை. என் துன்பத்தை ஊரிலுள்ள மற்றவர்களையெல்லோரையும்விட அதிகமாக உணர்ந்த மதெம்பா, தன்னுடைய அம்மா என்னைத் தத்தெடுத்துக் கொள்ள விரும்பினான். மதெம்பாதான் என் கையைப் பிடித்து இழுத்துக்கொண்டு சென்று அமீனாதாசர், அதாவது அவன் அம்மா கையில் வைத்து "அல்ஃபா நிந்தியாயே இனிமேல் நம்மோடுதான் இருப்பான், நீதான் அவனுக்கு அம்மாவாக இருக்க வேண்டும்" என்று சொன்னான். என் தந்தையின் மற்ற மனைவியர்கள் – குறிப்பாக முதல் மனைவி,

அதாவது நிதியாகா, சலியூ ஆகியோரின் தாய் – அற்ப குணம் படைத்தவர்களல்லர். இருந்தபோதும் நான் மதெம்பாவின் குடும்பத்தோடுதான் ஐக்கியமானேன். வயதான என் தந்தை மறுப்புச் சொல்லவில்லை. மதெம்பாவின் அம்மா அமீனாத்தா சார் என்னைத் தத்தெடுக்கொள்ள அனுமதி கேட்டபோது, "சரி" என்று சொல்லிவிட்டார். ஒவ்வொரு ஆண்டும் தபாஸ்கி திருவிழா நடக்கும்போது, அவர் முதல் மனைவி ஐதா இபென்கேவிடம் சொல்லிப் பலி கொடுத்த ஆட்டுக் கறியில் நல்ல பாகமாகப் பார்த்து அமீனாதாசர்ருக்குக் கொடுக்கச் செய்வார். சில சமயம் பலிகொடுத்த ஆடு முழுவதையுமே மதெம்பா குடும்பத்துக்குக் கொடுக்கச் சொல்லிவிடுவார். என்னைப் பார்க்கும்போதெல்லாம் அழுகையை அடக்க முடியாமல் தவிப்பார். நான் என் அம்மாவை அப்படியே உரித்து வைத்ததுபோல் இருந்ததுதான் காரணம் என்று எனக்குத் தெரியும்.

போகப்போகக் கவலை மறைய ஆரம்பித்தது. காலப் போக்கில் அமீனாதாசர்ரும் மதெம்பாவும் என்னை வாட்டிக்கொண்டிருந்த வலியை மறக்கச் செய்தனர். முதலில் நானும் மதெம்பாவும் வடக்கே சென்று காட்டுப் பக்கத்தில் விளையாடினோம். அவனுக்கும் எனக்கும் மட்டுமே காரணம் தெரியும். ஆயினும் அக்காரணத்தை எங்களுக்குள்ளேயே வைத்திருந்தோம். எங்களுடைய கனவு என்னவென்றால் யோரோபா, என் அம்மா, அம்மாவின் ஐந்து சகோதரர்கள், அவர் மாட்டு மந்தைகள் அனைத்தும் எங்கள் கண்களில் பட்டுவிடும் என்பதுதான். ஆனால் அமீனாதாசர்ரிடம் நாங்கள் பனைமர எலிகளைப் பொறிவைத்தும், புறாக்களைக் கவண் வைத்தும் வேட்டையாடப் போகிறோம் என்று சொல்லிவிடுவோம். அவள் எங்களை ஆசீர்வதித்துவிட்டுக் கொஞ்சம் உணவும் மூன்று சிட்டிகை உப்பும் ஒரு பிளாஸ்கில் குளிர்ந்த நீரும் கொடுத்து அனுப்பிவைப்பாள். எங்கள் வேட்டையில் சிக்கியதை நாங்கள் நெருப்பில் வாட்டி உண்ணும்போது, நாங்கள் தேடிவந்ததை மறந்துவிடுவோம். ஆனால் நாங்கள் வேட்டையாடியதைச் சுட்டுத் தின்பதற்காகப் பற்றவைத்த நெருப்பில் கொழுப்பு உருகும்போது, எங்கள் பசியை மறந்து காணாமல்போனவர் களுக்கு ஏற்படும் பசியைப் பற்றி நினைப்போம். ஏதோ ஓர் அற்புதம் நிகழ்ந்து, பெந்தோபா தப்பித்துச் சென்று அவளுடைய தந்தை, சகோதரர்கள் ஆகியோரோடு இணைந்துவிடுவாள் என்றும், பின்னர் காந்தியோலுக்கும் திரும்பி வந்துவிடுவாள் என்றும் சில சமயம் கனவு கண்டதுண்டு. அதுபோல் கனவு காண்பதை நாளடைவில் நிறுத்திவிட்டோம். அம்மா கடத்தப்பட்ட சில நாட்களில் என் சகோதரனுக்கும் மேலான நண்பன் மதெம்பாவுடன் சேர்ந்து காடுமேடெல்லாம் சுற்றி இதுபோல்

விலங்குகளை வேட்டையாடி அவற்றைச் சுட்டுச் சாப்பிடுவதையே வழக்கமாகக் கொண்டு என் கவலையை மறந்ததுண்டு.

இப்படியாக நாங்கள் நாளொரு மேனியும் பொழுதொரு வண்ணமுமாக வளர்ந்தோம். பெந்தோபாவைத் தேடி வடக்கத்திச் சாலையில் போவதை நிறுத்திவிட்டோம். பின்னர் பதினைந்து வயதில் எங்களுக்குச் சுன்னத் செய்தார்கள். கிராமத்து முதியவர் ஒருவர் வாழ்க்கையின் இரகசியங்கள்பற்றி எங்களுக்குத் தீட்சையளித்தார். எங்களுக்குச் சொன்ன மிகப்பெரிய இரகசியம் என்னவென்றால், நிகழ்வுகள்தான் மனிதர்களைக் கட்டுப்படுத்துகின்றன, மனிதன் நிகழ்வுகளைக் கட்டுப்படுத்துவதில்லை என்பதாகும். ஒரு மனிதனுக்கு வரும் திடீர் சோதனை அதற்கு முன் அவன் போன்ற மற்றவர்களுக்கும் ஏற்பட்டிருக்கும். மனிதனின் சாத்தியக்கூறுகள் எல்லாம் ஏற்கெனவே அனுபவிக்கப்பட்டவை. நல்லதாக இருந்தாலும் கெட்டதாக இருந்தாலும் நமக்கு ஏற்படுவதெல்லாம் ஒன்றும் புதிதல்ல. இருப்பினும் நாம் அனுபவிப்பது நமக்குப் புதிதாகத் தோன்றும். ஏனென்றால், மனிதன் ஒவ்வொருவனும் தனிப்பட்டவன் – ஒவ்வொரு இலையும் ஒவ்வொரு மரமும் தனிப்பட்டதாக இருப்பதைப் போல! மனிதர்கள் எல்லோருக்கும் ஒரே உயிர் இரத்தம்தான். ஆனால் அவர்கள் வெவ்வேறு விதமாக அதனைப் பெறுகிறார்கள். புதிது என்பது உண்மையில் புதிதாக இல்லையெனினும், வாழையடி வாழையாகப் புதிதாக வந்து, வெவ்வேறு நீரலைகளில் குளித்தவர்களுக்கு அது புதிதாகும். ஆகவே வாழ்க்கையில் நிலைத்திருக்கவும் வழிதவறாமல் செல்லவும் நீ கடமையின் குரலைக் கேட்க வேண்டும். உன்னைப் பற்றி நீ அதிகமாக நினைத்துக்கொண்டால், தடுமாறி விடுவாய். இந்த இரகசியத்தைப் புரிந்துகொண்டவன்தான் அமைதியாக வாழ்வதற்கான சாத்தியக்கூறுகளைக் கொண்டிருப்பான். இதனைச் சொல்வது எளிது, செய்வது கடினம்.

நான் உயரமாகவும் பலவானாகவும் வளர்ந்தேன். ஆனால் மதெம்பா குள்ளமானவனாகவும் பலவீனனாகவுமே இருந்தான். ஒவ்வொரு வறட்சிப் பருவம் வரும்போதும் பெந்தோபாவைப் பார்க்கும் ஆவல் என்னைக் கவ்விக்கொள்ளும். என் உடலை வருத்திக் களைப்படையச் செய்யாமல், எப்படித்தான் என் அம்மாவின் நினைவை என் மனதிலிருந்து அகற்றுவது என்று தெரியவில்லை. ஆகவே, என்னுடைய அப்பாவின் நிலங்களிலும், மதெம்பாவின் அப்பா நிலங்களிலும் உழைத்தேன். ஆடினேன். பாடினேன். மல்யுத்தத்தில் ஈடுபட்டேன். அப்போதெல்லாம் மதெம்பா மேலும் மேலும் படிப்பில் மூழ்கியிருப்பான். உண்மையைச் சொல்லப்போனால், காந்தியோலில் மதெம்பா அளவுக்குத்

திருக் குர்-ஆனைப் படித்தவர் எவரும் இல்லை. பன்னிரண்டு வயதில் அவன் திருக் குர்-ஆனை வரி பிசகாமல் ஒப்பிப்பான். நானோ பதினைந்து வயதில்தான் என் இறை வழிபாட்டு வாசகங்களைக் கற்றேன். எங்கள் உள்ளூர் மந்திரவாதிக்குத் தெரிந்த அளவுக்குக் கற்றவுடன் மதெம்பா வெள்ளையர்கள் பள்ளிக்குச் செல்ல விரும்பினான். அவன் தந்தை சிரே தியோப் தன் மகன் தன்னைப் போல் நாட்டுப்புறத்து விவசாயியாக இருக்க விரும்பவில்லை. அவனை வெள்ளையர் பள்ளிக்கு அனுப்ப விரும்பினார். ஆனால் ஒரு நிபந்தனை விதித்தார். நானும் அவனுடன் போக வேண்டும் என்றார். அக்காலகட்டத்தில் நான் அவனுக்குத் துணையாகப் பள்ளிக்கூட வாசல்வரை போய்வருவேன். ஒரேயொரு முறைதான் பள்ளிக்குள் காலடி எடுத்துவைத்தேன். என் தலைக்குள் எதுவும் ஏறுவதில்லை. என் அம்மாவின் நினைவு என் மூளையை ஆமையின் மேலோட்டைப் போலக் கெட்டியாக்கிவிட்டது என்பதை நான் நன்கு அறிவேன். அதற்கும் கீழ் காத்திருப்பு மட்டுமே இருந்துகொண்டிருந்ததையும் நான் நன்கு அறிவேன். கல்வி புக வேண்டிய இடமெல்லாம் அடைபட்டிருந்தது. ஆகவே நான் வயல்காட்டில் வேலை செய்தேன். என்னுடைய ஆற்றலைக் காட்டுவதற்கு நடனம், மல்யுத்தம் போன்றவற்றில் ஈடுபட்டேன். இப்படியெல்லாம் செய்து பெந்தோபா திரும்பிவரும் வாய்ப்பில்லாததைப் பற்றி நினைப்பதைத் தவிர்த்தேன். மதெம்பா இறப்புக்குப் பின்தான் என் மூளை போதுமான அளவு திறந்து அதில் என்ன இருக்கிறது என்பதை வெளிப்படுத்தியது. மதெம்பா இறப்புக்குப் பின் ஒரு குண்டு என் தலையில் விழுந்து ஆமை ஓட்டைப் போலிருந்த என் மூளைப் பகுதியை இரண்டாகப் பிளந்தது போலிருந்தது. பழைய வலியோடு புதிய வலியும் சேர்ந்து கொண்டது. இரண்டும் ஒன்றோடொன்று கலந்தாலோசித்து ஒன்றையொன்று விளக்க ஆரம்பித்தன.

எங்களது இருபதாவது வயதில் மதெம்பா போரில் கலந்துகொள்ள விரும்பினான். தாய் நாடான பிரான்சைக் காக்க வேண்டுமென்று அவன் பள்ளி அவனுக்கு அறிவுறுத்தியிருந்தது. சேன் லூயி நகரில், பிரெஞ்சுக் குடிமகனாகிப் பெரிய ஆளாக வர வேண்டுமென்று நினைத்தான். "அல்ஃபா, உலகம் பெரிது. அதனை நான் பார்க்க வேண்டும்" என்று என்னிடம் சொன்னான். காந்தியோல் கிராமத்தை விட்டுச் செல்வதற்குப் போர் சரியான சந்தர்ப்பமாகிவிட்டது. "கடவுள் அருள் இருந்தால் நாம் நலமுடன் திரும்பி வந்துவிடுவோம். நாம் பிரெஞ்சுக் குடிமகன்களானதும், சேன் லூயி நகருக்குச் சென்று அங்கு ஒரு தொழில் தொடங்கிவிடலாம். உணவுப் பொருள் மொத்த விற்பனையைக் கையகப்படுத்திக்கொண்டு, வடக்கு செனகால்

தொடங்கி காந்தியோல்வரை நாம் சில்லறை விற்பனை செய்யலாம். நாம் பணக்காரனாகிவிட்டால், உன் அம்மாவைத் தேடிக் கண்டுபிடித்துவிடலாம். அவளைத் தூக்கிச் சென்ற மூரிஷ் குதிரை வீரர்களிடமிருந்து அவளைத் திருப்பி வாங்கி விடலாம்" என்று அவன் சொன்னான். அதை நான் நம்பிவிட்டேன். அது என் கடமையும் ஆகிவிட்டது. மேலும் எனக்குள்ளும் நான் சொல்லிக்கொண்டேன்: "நான் ஒரு பெரிய ஆளாகி, செனெகல் ரைஃபிள்மேன் பதவியை எட்டிவிட்டால், நான் ஒரு நாள் வடக்குப் பிரதேச மூர் குழுக்களை என் இடது கையில் ரைஃபிளோடும், வலது கையில் பயங்கரமான கத்தியோடும் போய்ச் சந்திப்பேன்."

பட்டாளத்திற்கு ஆள் சேர்ப்பவர்கள் தொடக்கத்தில் மதெம்பாவை ஏற்றுக்கொள்ள மறுத்தனர். அவன் மிகவும் நோஞ்சானாக – ஒரு கொக்குபோல் – இருந்தான். அவன் போருக்குச் சரிபட்டுவர மாட்டான் என்றார்கள். ஆனால் அவன் பிடிவாதமாக இருந்தான். மனச் சோர்வைத் தாங்கக்கூடிய அவன், உடல் சோர்வை எப்படித் தாங்குவது என்று என்னிடம் யோசனை கேட்டான். நான் அவனுக்கு இரண்டு மாதம் பயிற்சியளித்தேன். உச்சி வெயிலில், சுடுமணலில் அவனை ஓடச் செய்தேன். ஆற்றை நீந்திக் கடக்கவைத்தேன். அவன் தந்தைக்குச் சொந்தமான வயலில் சேறு பதப்படுத்தவைத்தேன். சதை போடுவதற்காக அதிக அளவு சிறுதானிய உணவு, சுடவைத்த பால், பீனட் பட்டர் ஆகியவற்றை உண்ண வைத்தேன்.

அடுத்த முறை, பாட்டாளத்துக்கு ஆள் சேர்ப்பவர்கள் அவனைச் சேர்த்துக்கொண்டார்கள். அவனை அடையாளம் கண்டுகொள்ளவில்லை. கொக்காக இருந்தவன் கொழுத்த கௌதாரியாகி விட்டான். டாக்டர் பிரான்சுவாவுக்காக அவன் புன்னகையை வரைந்துகாட்டியபோது, மதெம்பாவிடம் "நீ மல்யுத்த வீரனாக விரும்பினால், உனக்கு 'மாடப்புறா' என்ற பட்டம் தயாராக இருக்கிறது" என்று சொன்னது நினைவுக்கு வந்தது. அவனுடைய இன அடையாள விலங்குகூட அவனை அடையாளம் காண முடியாது என்றும் சொன்னேன்.

18

நாங்கள் பிரான்சில் போருக்குக் கிளம்புவதற்கு முந்தைய நாள் இரவு, ஃபரிதியாம் தன் கண்களால் இலைமறைகாயாக 'சரி' என்று சொன்னாள். அவளைச் சுற்றி எங்கள் வயதையொத்த ஆண்களும் பெண்களும் நின்றுகொண்டிருந்தார்கள். அன்றிரவு முழு நிலவு காய்ந்துகொண்டிருந்தது. எங்களுக்கு வயது இருபது. நாங்கள் சிரித்து மகிழ விரும்பினோம். ஒருவருக்கொருவர் இரட்டை அர்த்தத்தில், புதிர் நிறைந்த கதைகள் சொல்லி மகிழ்ந்தோம். அன்று மதெம்பா வீட்டுப் புல்வெளியில் நாங்கள் கூடுவதைத் தவிர்த்திருந்தோம். நான்கு ஆண்டுகளுக்கு முன் செய்ததுபோல் செய்யவில்லை. மதெம்பாவின் தம்பிகளும் தங்கைகளும் வளர்ந்துவிட்டதால் எங்கள் கதைகள் அவர்களுக்குச் சங்கடத்தை ஏற்படுத்தக்கூடும். மாமரம் ஒன்றின் கீழ்க் கிளைகளின் நிழலில், கிராமத்தின் மண் பாதையொன்றில் பெரிய பெரிய பாய்கள் விரித்து அமர்ந்திருந்தோம். ஃபரிதியாம் எப்போதையும்விட அழகாகத் தோன்றினாள். அவள் உடுத்தியிருந்த காவி – மஞ்சள்நிற உடை மார்பிலும் இடுப்பிலும் பின்புறத்திலும் இறுக்கமாக ஒட்டிக்கொண்டிருந்தது. நிலவின் ஒளியில் அது முற்றிலும் வெள்ளையாகத் தெரிந்தது. ஃபரிதியாம் என்னைப் பார்த்துப் பொருள் நிறைந்த பார்வையைச் செலுத்தி, "தயாராக இரு, அல்ஃபா, இன்று முக்கியமாக ஒரு நிகழ்வு நடந்தேறப்போகிறது" என்று சொல்லாமல் சொன்னாள். எங்களுக்குப் பதினாறு வயதிருக்கும்போது ஒருநாள் செய்ததுபோல் என் கையைப் பிடித்துக்கொண்டாள். அவள் கண்கள் என் உடலை நோட்டமிட்டதும் அவள் எழுந்து அங்கிருந்தவர்களிடமிருந்து விலகிச் சென்றாள். அவள் சற்றுத் தூரத்திலிருந்த மூலையொன்றைக் கடந்து சென்று மறையும்வரை காத்திருந்தேன். பின்னர் நான் எழுந்து கொஞ்சம் இடைவெளி விட்டு அவளைப்

பின்தொடர்ந்தேன். இருவரும் ஒரு சின்ன எபனி மரத் தோப்புக்குள் நுழைந்தோம். எங்களுக்கிருந்த வேட்கையால், ஆற்றுக்குரிய தெய்வம் மாமே கும்பா பாங் பற்றிக் கவலைப்படவில்லை.

நானும் மதெம்பாவும் போருக்குப் புறப்படுவதற்கு முன், ஃபரிதியாம் ஏன் தன் உடலை எனக்குத் தியாகம் செய்தாள் என்று எனக்கு நன்றாகவே புரிந்துவிட்டது. நான் இதுவரை ஃபரிதியாமின் உடல்போல் அவ்வளவு கதகதப்பான, மிருதுவான, ஈரப்பதமான உடலை என் வாயாலோ தோலாலோ உரசிப் பார்த்ததில்லை... அவள் குடும்ப கௌரவத்தையும் பொருட்படுத்தாமல் ஏன் என்னிடம் தன் உடலை அர்ப்பணித் தாள் என்று விளங்கியது.

ஃபரிதியாம் எனக்கு முன்னாலேயே ஒன்றைச் சிந்தித்துப் பார்த்திருக்கிறாள். நான் போர்க்களத்தில் சென்று மறைவதற்குள் என்னுடைய உடல் போன்ற ஓர் அருமையான உடலை அவள் அனுபவித்துப்பார்க்க விரும்பியிருக்கிறாள். என் அழகான உடலைப் போர்க்களத்தில் பலி கொடுக்கும் முன் என்னை ஓர் ஆண்மகனாக உருவாக்க விரும்பியிருக்கிறாள். அதனால்தான் ஃபரிதியாம் தன் பரம்பரை ஒழுக்கத்தையும் மீறித் தன் உடலை எனக்குத் தந்துவிட்டாள். ஆனால் ஃபரிதியாமுக்கு முன்னரே என் உடல் மிகப்பெரிய மகிழ்ச்சி அனுபவங்களைப் பெற்றிருந்தது. மல்யுத்தத்தின்போது என் உடலின் ஆற்றலை உணர்ந்திருக்கிறேன். ஆற்றில் நீந்தி முடிந்ததும், கடற்கரை மணலில் ஓட்டப் பந்தயத்தில் கலந்துகொள்ளும்போதும் என் ஆற்றலை அதன் எல்லைவரை கொண்டுசென்றிருக்கிறேன். சுட்டெரிக்கும் சூரியனின் ஒளியில் என் உடல்மீது கடல்நீரைத் தெளித்திருக்கிறேன். என் தந்தையின் வயல்களிலும் சிரே தியோப் வயல்களிலும் மணிக்கணக்காக வேலை செய்த பின், காந்தியோல் கிராம ஆழ்கிணறுகளின் குளிர் நீரைத் தெளித்திருக்கிறேன். என் உடல் ஆற்றலின் எல்லைக்குப் போவதில் சுகம் கண்டிருக்கிறேன். ஆனால் ஃபரிதியாமின் உடல் தந்த சுகம்போல் எங்கும் அனுபவத்ததில்லை. போருக்குப் புறப்படுவதற்கு முன் ஓர் இளைஞனுக்கு ஓர் இளம்பெண் தரக்கூடிய மிக அழகான பரிசை அவள் எனக்குத் தந்தாள். இதுபோன்ற சுகங்களையெல்லாம் அனுபவிக்காமல் இறந்துபோவது நியாயமல்ல. ஆனால் மதெம்பா ஒரு பெண்ணோடு கூடும் இன்பத்தை அனுபவித்ததில்லை என்பது எனக்கு நிச்சயமாகத் தெரியும். அவன் முழு மனிதன் ஆகாமலேயே இறந்துவிட்டான். ஒரு பெண் உடல் தரும் சுகத்தை அனுபவித்திருந்தால் அவன் முழு மனிதனாகியிருப்பான் என்று எனக்குத் தெரியும். பாவம் மதெம்பா!

நானும் மதெம்பாவும் போருக்குப் புறப்படும் முன் ஃபரிதியாம் தன் உடலை எனக்குத் தந்ததற்கு இன்னொரு காரணமும் இருந்தது எனக்குத் தெரியும். போர்பற்றிய வதந்திகள் எங்கள் கிராமத்தில் உலவ ஆரம்பித்ததும் பிரான்சும் அந்நாட்டுப் படையும் என்னை அவளிடமிருந்து பிரித்துவிடும் என்று அவளுக்குத் தெரியும். நான் காந்தியோலுக்குத் திரும்பி வராமல் போய்விடுவேன் என்றும் அவளுக்கு நிச்சயமாகத் தெரிந்துவிட்டது. போரில் நான் மாண்டுவிடவில்லையெனினும், நான் காந்தியோலுக்குத் திரும்பி வரப்போவதில்லை என்று தெரியும். நான் மதெம்பா தியோப்புடன் செனெகல் நாட்டு சேன் லூயியில் குடியேறிப் பெரிய ஆளாகிவிடுவேன் என்றும், செனெகல் ரைஃபிள்மேனாகப் பதவி உயர்வுடன் நிறைய ஓய்வூதியமும் பெற்று, என் வயதான தந்தை வசதியாக வாழ்வதற்கும், என் அம்மா பெந்தோபாவைக் கண்டுபிடித்துக் கொண்டுவருவதற்கும் முற்படுவேன் என்றும் தெரியும். நான் உயிரோடு இருந்தாலும் இறந்துவிட்டாலும், பிரான்சு என்னைஅவளிடமிருந்து பிரித்துவிடும் என்பதைப் புரிந்துகொண்டாள்.

ஃபரிதியாம், அவள் அப்பாவிற்கும் என் அப்பாவிற்கும் இருந்த பகையையும் மீறி, இனிமையான, கதகதப்பான, ஈரப்பதமான தன்னுடைய உடலை எனக்கு அர்ப்பணித்ததற்கு அதுதான் மற்றொரு காரணம்.

19

அப்து தியாம், காந்தியோலில் கிராமத்துத் தலைவர். அப்பதவி அவருக்கு மரபுவழிச் சட்டத்தால் கிடைத்தது. ஆனால் அவருக்கு வயதான என் அப்பாவைப் பிடிக்காது. என் அப்பாவால் அவர் ஒரு தடவை ஊரார் முன்னிலையில் அவமானப்பட்டார். அப்து தியாம் வரி வசூலிப்பவர். ஒரு நாள் அவர் கிராமத்தில் மூத்த குடிமக்களை வரவழைத்து ஒரு கூட்டம் கூட்டினார். அதில் காந்தியோலில் உள்ள அனைவரும் கலந்துகொண்டார்கள். கயோர் அரசத் தூதுவர் ஆலோசனையின் பேரிலும், சேன் லூயிலிருந்து வந்த கவர்னரின் தூதுவர் தூண்டுதலின் பேரிலும், அப்து தியாம் ஒரு புதிய விவசாயக் கொள்கையை முன்வைக்க முற்பட்டார். அதன்படி சிறுதானியம், தக்காளி, வெங்காயம், தர்ப்பூசணி ஆகியவற்றுக்குப் பதிலாக நிலக்கடலை விவசாயத்தை அறிமுகப்படுத்த வேண்டுமென்றார். நிலக்கடலையால் அனைவருக்கும் அதிக லாபம் வரும். நிலக்கடலையால் வரி கட்டுவதற்குப் பணம் வரும். நிலக்கடலையால் மீனவர்கள் புதிய வலைகள் வாங்கலாம். நிலக்கடலையால் வரும் வருமானத்தைக் கொண்டு கல்வீடு கட்டலாம். நிரந்தரப் பள்ளிகள் அமைக்கலாம், குடிசைகளுக்கு உலோகத்தாலான கூரைகள் போடலாம். நிலக்கடலையால் வரும் பணத்தினால் சாலைகள் போடலாம், ரயில்கள் ஓடச் செய்யலாம். படகுகளுக்கு மோட்டார்கள் பொருத்தலாம். மருத்துவமனைகள் கட்டலாம், பிரசவத்துக்காகத் தனிப்பிரிவுகள் ஏற்படுத்தலாம். நிலக்கடலை பயிரிடுவோர் கட்டாய சேவையிலிருந்து விலக்களிக்கப்படுவார்கள் என்றும், நிலக்கடலை பயிரிடாதவர்களுக்கு அந்தச் சலுகைகள் கிடையாது என்றும் தன் முடிவுரையில் அப்து தியாம் சொன்னார்.

அப்போது வயதான என் அப்பா எழுந்து பேச அனுமதி கேட்டார். நான் அவருடைய கடைசி மகன். பெண்டோபா எங்களை விட்டுப் பிரிந்த பின்னர், அவர் தலையில் ஒரு வெள்ளை முடி டோப்பா அணிந்திருப்பார். என் அப்பா தன் மனைவிகளை யும் பிள்ளைகளையும் பசிப்பிணியிலிருந்து காப்பாற்றத் தினம் தினம் போராடும் ஒரு போராளி. ஒவ்வொரு நாளும் வாழ்க்கை என்னும் வற்றாத நீரோட்டத்தில் அவர் எங்களைத் தன் வயல்களிலும், தோட்டங்களிலும் விளைவனவற்றை வேண்டும்வரை உண்ணச்செய்வார். செடிகளை வளர்ப்பது போலவே எங்களையும் கண்ணும் கருத்துமாக வளர்த்தார். பழ மரங்கள் பயிரிடுவார். எங்களையும் பாதுகாப்பார். அவர் தன் வயலில், மென்மையான மணலில் நடும் செடிகள்போல் நாங்கள் நேராக ஆனால் வலுவாக வளர்ந்தோம். அவர் பேசத் தொடங்கினார்:

"சிதி மலாமின் நிந்தியாயேவின் பேரனும், இந்தக் கிராமத்தை நிறுவிய ஐவரில் ஒருவருடைய பேரனின் கொள்ளுப் பேரனுமாகிய பஸ்ஸிரு கும்பா நிந்தியாயே என்னும் நான் சொல்கிறேன். ஆனால் நான் சொல்லப்போவது உனக்குப் பிடிக்காது. எனக்குச் சொந்தமான ஒரு வயலில் நிலக்கடலை பயிரிட நான் சம்மதிக்க மாட்டேன் என்று சொல்ல மாட்டேன். எனக்குச் சொந்தமான எந்த வயலிலும் நிலக்கடலை பயிரிட மறுக்கிறேன் என்று சொல்லவந்தேன். நிலக்கடலை என் குடும்பத்தின் பசியைப் போக்காது. அப்து தியாம், நிலக்கடலை பணம் கொழிக்க வைக்கும் என்று நீ சொல்கிறாய். ஆனால் எனக்குப் பணம் தேவையில்லை. என் குடும்பத்திற்கு உணவளிக்கத் சிறுதானியம், தக்காளி, வெங்காயம், செவ்வவரை, தர்ப்பூசணி ஆகியவையே தேவை. இவையெல்லாம் என் வயலில் விளைகின்றன. பால் கொடுக்க என்னிடம் ஒரு பசு இருக்கிறது. மாமிசம் கொடுக்கச் சில ஆடுகள் இருக்கின்றன. என் மகன்களில் ஒருவன் மீனவன். அவன் எனக்குக் கருவாடு கொடுப்பான். ஆண்டு முழுவதும் என் மனைவிமார்கள் வெளியில் சென்று உப்பு சேகரித்து வருவார்கள். இவ்வளவையும் வைத்துக் கொண்டு யாராவது வழிப்போக்கர் ஒருவர் பசியோடு வந்தால், அவருக்கு உணவளித்து என் விருந்தோம்பல் கடமையையும் முடித்துவிடுவேன்.

"மாறாக, நான் நிலக்கடலை மட்டும் பயிர் செய்தால், எவ்வாறு என் குடும்பத்துக்கு உணவளிப்பேன்? பசியோடு வரும் வழிப்போக்கர்களை யார் கவனிப்பது? நிலக்கடலையால் வரும் வருமானம் எல்லோர் பசியையும் போக்காது. பதில் சொல், அப்து தியாம். நான் உன் கடைக்கு வந்து உணவுப் பொருட்கள் வாங்கும்படி கட்டாயப்படுத்துகிறாயா? அப்து தியாம், நான்

சொல்வது உனக்குப் பிடிக்காமல் போகலாம். ஆனால், கிராமத் தலைவன் தன்னுடைய நலனை மட்டும் பார்த்துக்கொள்ளக் கூடாது. ஊரார் நலனையும் பார்க்க வேண்டும். அப்து தியாம், நீயும் நானும் சமமானவர்கள். அப்படியிருக்கும்போது நான் ஒருநாள் உன் கடை வாசலில் வந்து என் குடும்பத்துக்காக அரிசிக்கும், எண்ணெய்க்கும், சர்க்கரைக்கும் கடனுக்காகக் கையேந்த வேண்டுமா? பசியோடு வரும் வழிப்போக்கருக்கு எனக்கே உணவில்லை என்ற காரணத்தால் என் வீட்டுக் கதவை மூடவும் எனக்கு விருப்பமில்லை.

"அப்து தியாம், நான் சொல்வது உனக்குப் பிடிக்காமல் போகலாம். ஒருநாள் கிராமத்தார் அனைவரும் நிலக்கடலை மட்டும் பயிரிட்டால், நிலக்கடலையின் விலையில் சரிவு ஏற்படும். எங்களுக்கு வருமானம் நாளுக்கு நாள் குறைந்துபோகும். நீயே ஒருநாள் கடன் வாங்கிச் சாப்பிட வேண்டியிருக்கும். ஒரு கடைக்காரனின் வாடிக்கையாளர்கள் கடன் வாங்கும் நிலை வந்தால், கடைக்காரனே மொத்த வியாபாரிக்குக் கடன்காரனாக வேண்டிவரும்.

"அப்து தியாம், நான் சொல்வது உனக்குப் பிடிக்காமல் போகலாம். பஸ்ஸிரு கும்பா நிந்தியாயேவாகிய எனக்குப் 'பட்டினி ஆண்டு' என்ற ஓர் ஆண்டு நினைவுக்கு வருகிறது. இறந்துபோய்விட்ட உன் பாட்டனார் அதுபற்றி உனக்குச் சொல்லியிருப்பார் என்று நினைக்கிறேன். அது வெட்டுக்கிளிகள் பயிரை அழித்துவிட்ட ஆண்டுக்குப் பிந்தைய ஆண்டு. பெரும் வறட்சி ஏற்பட்ட ஆண்டு. அந்த ஆண்டு கிணறுகளெல்லாம் வறண்டுவிட்டன. வடக்கிலிருந்து தூசுக் காற்று வீசியது. ஆற்றில் நீரின் அளவு குறைந்திருந்ததால், வயல்களுக்கு நீர் பாய்ச்ச முடியவில்லை. அப்போது நான் சிறுவன். ஆனால், எனக்கு நினைவிருக்கிறது; அந்த ஆண்டு நாங்கள் சேர்த்து வைத்திருந்த சிறுதானியம், ரெட் பீன்ஸ், வெங்காயம், கசாவா முதலியவற்றையும், பால், ஆடுகள் முதலியவற்றையும் பகிர்ந்துகொள்ளாமலிருந்தால், நாங்கள் அனைவரும் செத்து மடிந்திருப்போம். அப்து தியாம் நிலக்கடலையோ, அதனால் கிடைக்கும் பணமோ நம்மைக் காப்பாற்றியிருக்காது. நாம் உயிர் பிழைக்க, நிலக்கடலை விதைகளைச் சாப்பிட்டுவிட்டு, அடுத்த ஆண்டு பயிர்ச் செலவுக்கு, யாரிடம் இதற்கு முன்பு கடன் வாங்கினோமோ, அவனிடமே அவன் என்ன விலை கேட்டாலும் கொடுத்துவிட்டு விதைகள் வாங்க வேண்டியிருக்கும். அப்போதிலிருந்து நாம் தொடர்ந்து ஏழைகளாக, பிச்சைக்காரர்களாக வாழ வேண்டியிருக்கும். அதனால்தான், அப்து தியாம், நான் சொல்வது உனக்குப்

பிடிக்காமல்போனாலும், எனக்கு நிலக்கடலையும் வேண்டாம், அதனால் வரும் பணமும் வேண்டாம்!"

என் தந்தையின் உரை கொஞ்சம்கூட அப்து தியாமுக்குப் பிடிக்கவில்லை. அவனுக்குக் கோபம் அதிகமாகிவிட்டது. ஆனால் அதைக் காட்டிக்கொள்ளவில்லை. என் தந்தை அவனை மோசமான கிராமத் தலைவன் என்று கூறியதும் அப்து தியாமுக்குப் பிடிக்கவில்லை. தன் கடையைப் பற்றிக் குறிப்பிட்டதும் கொஞ்சமும் பிடிக்கவில்லை. ஆகவே எங்கள் குடும்பத்தோடு சம்பந்தம் வைத்துக்கொள்வதை அடியோடு வெறுக்க ஆரம்பித்தான். ஆனால் நான் பிரான்சில் போருக்குப் புறப்படுவதற்கு முந்தைய நாள் ஃபரிதியாம் எபனித் தோப்புக்குள் என்னுடன் உடலுறவு வைத்துக்கொண்டாள். அவள் தன் தந்தையின் கௌரவத்தை – அப்படி ஒன்றிருந்தால் – அதைமீறி என்னை விரும்பினாள்.

20

டாக்டர் ஃபிரான்சுவாவுக்கு நான் வரைந்து காட்டிய மூன்றாவது படம் நான் வெட்டிய ஏழு கைகள்! அவை நான் வெட்டியபோது இருந்த நிலையை அப்படியே எடுத்துக்காட்ட முடியுமா என்று பார்ப்பதற்கு விரும்பினேன். என் அம்மாவின் தலையையும், மதெம்பாவின் தலையையும் நான் துல்லியமாக வரைந்ததுபோல், நிழலையும் ஒளியை யும் தாளையும் பென்சிலையும் பயன்படுத்தி அந்த ஏழு கைகளையும் தத்ரூபமாக வரைய முடியுமா என்று சோதித்துப்பார்க்க விரும்பினேன். நான் எதிர்ப்பார்த்ததற்கு மேலாகவே வரைந்து விட்டேன். அந்தக் கைகள் அப்போதுதான் ஒரு துப்பாக்கியைத் துடைத்து, எண்ணெய் போட்டு, தோட்டாக்கள் போட்டுச் சுடுவதற்குத் தயார் நிலையில் இருப்பதுபோல் இருந்தன. அதற்குள் அந்தப் பாவிகளின் கைகளை அவர்களின் உடல்களிலிருந்து என் பட்டைக் கத்தியால் துண்டித்துவிட்டேன். அவற்றையெல்லாம் மிஸ் பிரான்சுவா கொடுத்த பெரிய தாளில் அருகருகே வரைந்துவிட்டேன். அவர்களின் மணிக்கட்டு, விரல்கள், விரல்கள் மேலிருந்த முடிகள் எல்லாவற்றையும்கூடக் கவனமாக வரைந்துவிட்டேன்.

நான் செய்ததை நினைத்து மகிழ்ச்சியடைந்தேன். இன்னொன்றையும் நான் சொல்லியாக வேண்டும். நான் துண்டித்த ஏழு கைகளும் என் வசம் இல்லை. அவற்றை அப்புறப்படுத்துவதே சரி என்று எனக்குப் பட்டது. டாக்டர் பிரான்சுவா என் மண்டை யிலிருந்த போர் பற்றிய அசிங்கங்களையெல்லாம் களைந்துவிட உதவி செய்துவிட்டார். நான் வெட்டிய கைகளெல்லாம் போரினால் விளையும் சீற்றத்தை யும் பழிவாங்கும் நோக்கத்தையும் குறிப்பதாக இருந்தன. கேப்டன் என் ஏழு கைகளைப் பார்க்க

விரும்பாததுபோல், எனக்கும்கூடச் சீற்றத்தையும் பழிவாங்கும் நோக்கத்தையும் சகித்துக்கொள்ள முடியவில்லை. ஆகையால் ஒருநாள் அந்தக் கைகளைப் புதைத்துவிட முடிவுசெய்தேன். உண்மையில் முழு நிலவு நாளை நோக்கிக் காத்திருந்தேன். நான் குழி தோண்டுவதை மேற்கத்திய வாசலிலிருந்து பார்த்துவிடக் கூடும் என்று எனக்கு நன்றாகவே தெரியும். இருந்தும் போர்ப் பொதுவெளியில் நான் சித்திரவதை செய்தவர்களை முழு நிலவு நாளில் அடக்கம்செய்வதை என் கடமையாக எண்ணினேன். நான் நிலவின் ஒத்துழைப்போடுதான் அவர்களைக் கொன்றேன். நான் மறைந்துகொள்வதற்கு ஏதுவாக, நிலா மறைந்துகொண்டது. அவர்கள் போர்ப் பொதுவெளியில், இருளில்தான் இறந்தார்கள். அவர்களுக்குக் கொஞ்சம் வெளிச்சம் தேவை.

நான் அப்படிச் செய்திருக்கக் கூடாது என்று நன்றாகவே தெரியும். காரணம், அவற்றை ஒழுங்காக ஒரு பெட்டியில் வைத்து, அப்பெட்டியில் என் மந்திரச் சின்னத்தோடு கூடிய பூட்டால் பூட்டி மண்ணுக்குள் புதைத்துவிட்டு இருப்பிடம் திரும்பும்போது, மேற்கத்தி வாசலில் ஒரு சன்னலிலிருந்து ஏதோ ஓர் உருவம் நழுவிச் செல்வதைப் பார்த்துவிட்டேன். என்னுடைய இரகசியத்தை யாரோ ஒருவர் பார்த்துவிட்டார் என்பது எனக்குத் தெரிந்துவிட்டது. அதனால்தான் சில நாட்கள் காத்திருந்துவிட்டு அக்கைகளின் படத்தை வரைந்தேன். யாராவது ஒருவர் தகவல் தெரிவித்துவிடுவார் என்று நினைத்தேன். ஆனால் அப்படி யாரும் இல்லை. என் தலையில் இருந்த அசிங்கத்தைக் கழுவி ஊற்றும் பொருட்டே அந்த ஏழு கைகளை யும் வரைந்து டாக்டர் பிரான்சுவாவிடம் காட்டினேன்.

என் ஏழு கைகளும் நீதிபதிகளிடம் சாட்சிகளாக மாறின. நான் வரைந்த படங்கள்தான் என்னைக் காட்டிக் கொடுத்தன என்று எனக்கு நன்றாகத் தெரியும். அவற்றைப் பார்த்ததிலிருந்து டாக்டர் பிரான்சுவா முன்புபோல் என்னைப் பார்த்துப் புன்னகைப்பதில்லை.

21

நான் எங்கிருக்கிறேன்? நான் வெகுதூரத்திலிருந்து வந்திருப்பதுபோல் உணர்கிறேன். எனக்கு எதுவும் தெரியவில்லை. என்னைச் சுற்றிலும் இருள். என்னால் எதையும் பார்க்க இயலவில்லை. ஆனால் ஏதோ ஒரு கதகதப்பு எனக்கு உயிர்ப் பிச்சை அளித்துக்கொண்டிருக்கிறது. என் கண்களைத் திறக்க முயற்சிக்கிறேன். ஆனால் அவை எனக்குச் சொந்தமில்லை. அதேபோல் என் கைகளை அசைக்க முயற்சிக்கிறேன், ஆனால் அவையும் எனக்குச் சொந்தமில்லை. இருப்பினும் அவையெல்லாம் எனக்கு விரைவிலேயே சொந்தமாகிவிடும் என்று என்னால் சொல்ல முடியும்... என் கால்கள் இருக்கின்றன... விசித்திரமாக, என் கனவு சரீரத்துக்குக் கீழே, ஏதோ ஓர் உணர்வு ஏற்படுகிறது. நான் திரும்பி வருவதற்கு முன் எங்கிருந்தேனோ அங்கு அனைத்துமே அசைவற்றிருந்தன. நான் திரும்பி வருவதற்கு முன்னிருந்த இடத்தில் சரீரம் எதுவுமில்லை. பூஜ்யத்திலிருந்து வந்த எனக்கு, இப்போது என்னவோ உயிர் வந்துவிட்டதுபோல் உணர்கிறேன். மறுபிறவி எடுத்திருப்பதுபோல் உணர்கிறேன். செங்குருதி நிறைந்த ஒரு தசை என்னை மூடுவதுபோல் உணர்கிறேன். என் வயிற்றின் மீதும், வெகுவிரைவாக உருவாகிக்கொண்டிருக்கும் என் மார்பின் மீதும், என் உடலை வெப்பமாக்கிக் கொண்டு இன்னொரு உடல் அசைகிறது. அது என்னுடைய தோலையும் கதகதப்பாக்குகிறது. சற்று முன் எங்கிருந்தேனோ அங்கு வெப்பமில்லை. கதகதப்பு இல்லை. சத்தியமாகச் சொல்கிறேன், அங்கு யாருக்கும் பெயர் இல்லை. எனக்கு இன்னும் சொந்தமாகாத கண்களைத் திறக்கப் போகிறேன். எனக்கே நான் யார் என்று தெரியவில்லை. என் பெயர் இன்னும் எனக்கு நினைவுக்கு வரவில்லை, ஆனால் விரைவிலேயே வந்துவிடும். விசித்திரமான

வகையில், எனக்குக் கீழே கிடந்த சரீரம் அசைவதை நிறுத்தி விட்டது. விசித்திரமான வகையில், அதன் அசைவில்லா வெப்பத்தை உணர்கிறேன். விசித்திரமான வகையில், இரண்டு கைகள் எனக்கு இன்னும் சொந்தமாகாத முதுகையும், எனக்கு இன்னும் சொந்தமாகாத தொடைகளையும், எனக்கு இன்னும் சொந்தமாகாத கழுத்தையும் அழுத்துவதை உணர்கிறேன். இருந்தும் அந்தக் கைகளின் மிருதுவான அழுத்தத்தினால், எனக்குச் சொந்தமாகவில்லை என்பனவற்றை எனக்குச் சொந்தம் என்று ஏற்றுக்கொண்டேன். அந்தக் கைகள் திடீரென என் முதுகையும் கீழ் வயிற்றுப் பகுதியையும் அடிக்கின்றன. என் பிடரியைப் பிராண்டுகின்றன. அதனால் எனக்குச் சொந்தமில்லாத என் உடல் எனக்கு மீண்டும் சொந்தமாகிறது. ஒன்றுமில்லா வெளியை விட்டுக் கிளம்புவதுதான் எவ்வளவு சுகமாக இருக்கிறது! நான் அங்கில்லாமலேயே அங்கிருந்தேன் என்று உறுதியாகச் சொல்வேன்.

எல்லாம் முடிந்துவிட்டது. என் உடல் என் வசமானது. முதல் தடவையாக ஒரு பெண்ணோடு உறவுகொள்ளும் சுகத்தை அனுபவித்துவிட்டேன். இதுதான் முதல் அனுபவம் என்று சத்தியம் செய்வேன். அது மிக மிகச் சுகமாக இருந்தது என்றும் சத்தியம் செய்வேன். இதற்கு முன் இது நடந்ததில்லை, ஏனென்றால் எனக்குச் சரீரம் இல்லை. ஏதோ ஒரு குரல் வெகு தூரத்திலிருந்து ‘இதைவிட வேறு சுகம் உலகில் இல்லை’ என்று என் காதில் ஓதியது. எனக்குத் தெரிந்தது, புரிந்துவிட்டது, வெகுதொலைவிலிருந்து வரும் அந்தக் குரல் எனக்கு ஒரு பெயர் கொடுக்கும் – எனக்கு ஒரு பெயர் சூட்டும்.

இந்த சுகத்தை எனக்களித்தவள் எனக்குக் கீழே கிடந்தாள். அவள் கண்கள் மூடியிருந்தன. ஆடவில்லை, அசையவில்லை. அவள் யாரென்றும் எனக்குத் தெரியவில்லை. இதற்கு முன் நான் அவளைப் பார்த்ததில்லை. உண்மையில் அவள்தான் என் முன் நின்று, அவளைப் பார்க்கும் பொருட்டு எனக்குப் பார்வையை அளித்தவள். சத்தியம் செய்கிறேன். நான் பார்ப்பது எனக்குச் சொந்தமான கண்களலல்ல. நான் தொடுவதும் எனக்குச் சொந்தமான கைகளால் அல்ல. நம்ப முடியாது. ஆனால் அதுதான் உண்மை. என் உட்புறம், வெளிப்புறம் இரண்டும் – வெகுதூரக் குரல் சொல்வதுபோல் – முன்பின் தெரியாத ஒரு பெண்ணின் சரீரத்துக்குள் சஞ்சரித்தன. அப்பெண்ணின் சரீரம் முழுவதும் தலைமுதல் கால்வரை பரவியிருந்த கதகதப்பை உணர்ந்தேன். முன்பின் தெரியாத அந்தப் பெண்ணின் சரீரத்தில் குடியிருந்துவிட்டு வந்த பின்தான் நான் என் சொந்த சரீரத்தில் குடியிருக்கிறேன். அவள் எனக்குக் கீழ் படுத்திருக்கிறாள். அவள் ஆடவில்லை, அசையவில்லை. அவள் கண்கள் மூடியிருக்கின்றன.

அவள் யாரென்று எனக்குத் தெரியவில்லை. அவள் ஏன் என் உடலைத் தன் உடலுக்குள் வரவேற்கத் தயாரானாள் என்பது எனக்குச் சத்தியமாகத் தெரியாது. எப்படி இருப்பினும் முன்பின் தெரியாத ஒரு பெண்ணின் மீது படுத்திருப்பது அசாதாரணமான நிகழ்வு. உன்னுடைய உடலுக்குள்ளேயே நீ அந்நியனாக நினைப்பதும் அசாதாரணமான நிகழ்வுதான்.

என்னுடைய கைகளைக்கூட நான் முதன்முறையாகப் பார்க்கிறேன். அவற்றை அப்பெண்ணின் தலையின் மீது இரு புறமும் செலுத்துகிறேன். அவள் கண்கள் மூடியிருக்கின்றன. அவள் முழங்கையில் சாய்கிறேன். அவளுடைய மார்பகங்கள் என் மார்பை உரசுகின்றன. என் கைகள் அவள் தலையருகே நடுங்குகின்றன. அவை அவ்வளவு அகலமாக இருக்குமென்று நான் நினைக்கவில்லை. உண்மையில் என் கைகள் குறுகலாகவும் என் விரல்கள் மெல்லியதாகவும் இருக்குமென்று நம்பினேன். ஆனால் அன்று ஏனோ என் கைகள் மிக மிக அகலமாக இருந்தன. அதிசயம். என் விரல்களை வளைக்கும்போதும், என் மணிக்கட்டை மடக்கும்போதும், என் கைகள் ஒரு மல்யுத்த வீரனின் கைகள்போல் இருந்தன. சத்தியமாகச் சொல்கிறேன். இதற்கு முன் எனக்கு மல்யுத்த வீரன் கைகள் இருந்ததாக நினைவில்லை. வெகு தூரத்திலிருந்து வந்த மெல்லிய குரல் அக்கணத்திலிருந்து எனக்கு மல்யுத்த வீரன் கைகளைப் பெற்றிருப்பேன் என்று சொன்னது. எனக்கு ஒரே ஆச்சரியம். நான் என் உடலின் மற்றப் பாகங்களும் மல்யுத்த வீரனுடைய உடல் பாகங்கள்போல் இருக்கின்றனவா என்று பார்க்க வேண்டும். என்னுடையதாக இல்லாத என்னுடைய உடம்பின் நிலைமையை நான் சோதிக்க வேண்டும். எனக்குக் கீழ் படுத்திருக்கும் அந்தப் பெண்ணின் உடலிலிருந்து என் உடலை அப்புறப்படுத்த வேண்டும். அவள் தூங்குவதுபோல் தெரிந்தது. இன்னொரு விசித்திரமான விஷயம் என்னவென்றால், அழகான பெண்களை விரும்பும் நான் அவள் அழகாக இருந்த போதும் அவளை அதிகம் பார்க்காமல் போனதுதான். ஆனால் தூரத்திலிருந்து ஒலித்த அந்தக் குரல் சொல்லியதுபோல், என் உடல் ஒரு மல்யுத்த வீரனின் உடலா என்பதை உறுதி செய்து கொள்ள வேண்டும்.

அந்த அழகிய பெண்ணின் உடலிலிருந்து என்னுடைய உடலை அப்புறப்படுத்தினேன். அப்போது வந்த ஓசை என்னைச் சிரிக்கவைத்தது. அது ஒரு குழந்தை தன் தாய் திட்டுவாள் என்று பயந்து தன் வாயிலிருந்த கட்டைவிரலைத் திடீரென வெளியில் எடுக்கும்போது கேட்கும் சத்தம். முன்பின் தெரியாத பெண் ஒருத்தியின் அருகில் படுத்திருப்பது விசித்திரமாக இருந்தது.

என் கைகளைப் போலவே என் உடலின் மற்றப் பாகங்களும் இருக்கின்றனவா என்று தெரிந்துகொள்ள முயன்றபோது, என் இதயம் படபடவென்று அடித்துக்கொண்டதும் விசித்திர மாகத்தான் இருந்தது. என் கைகளை வெள்ளையான படுக்கை அறையின் கூரையை நோக்கி உயர்த்தினேன். சத்தியமாகச் சொல்கிறேன்; அவை இரண்டும் மாமரங்களின் நடுப்பகுதிகள்போல் இருந்தன. கைகளை இறக்கிவிட்டு, என் கால்களை உயர்த்திப் பார்த்தேன். அவை இரண்டும் பவோபாப் மரங்களின் நடுப்பகுதிகள்போல் இருந்தன. என் கால்களை மீண்டும் படுக்கையில் நீட்டியபோது, ஒரு மல்யுத்த வீரனின் உடலில் நான் இருந்தது விசித்திரமாகப் பட்டது. இந்த உலகில் அதுபோன்ற உடல் கட்டமைப்புடன் பிறந்திருப்பது எதிர்பார்க்க முடியாத ஒன்று. உனக்கு அதுபோல் அமைந்திருப்பதும் எதிர்பார்க்க முடியாத ஒன்று. உண்மையான மல்யுத்த வீரனைப் போல், கண்டும் கேட்டுமில்லாத ஒன்றை எதிர்கொள்ள நான் தயங்க மாட்டேன். இருந்தபோதும், ஒரு நோஞ்சானாக அருவருப்பான பெண் அருகில் படுத்திருப்பதற்குப் பதில் அழகான மல்யுத்த வீரனின் உடலோடு அழகிய பெண்ணருகில் படுத்திருப்பதை வினோதமான நிகழ்வாகத்தான் கருதுகிறேன்.

கண்டும் கேட்டுமில்லாத ஒன்றை எதிர்கொள்ள நான் தயங்க மாட்டேன். சத்தியமாக, என் பெயர் எனக்குத் தெரியாமலிருப்பதுகூட எனக்கு அச்சம் தரவில்லை. என் உடல் என்னிடம் நான் மல்யுத்த வீரன் என்று சொல்கிறது. அது போதும் எனக்கு. என் பெயர் தெரிய வேண்டும் என்ற அவசியமில்லை. என் உடல் எனக்குப் போதும். என் புதிய உடலின் ஆற்றலை ஆய்வு செய்வதைத் தவிர எனக்கு வேறேதுவும் தேவையில்லை. வெள்ளை வெளேரென்றிருந்த அந்த அறையின் கூரையை நோக்கி, மாமர மையப் பகுதிபோன்ற என் இரு கைகளையும் மேலே தூக்கிப் பார்த்தேன். நான் எதிர்பார்த்ததைவிட என் கைகள் என் தோள்களைவிட வெகு தூரத்தில் இருந்தன. என் மணிக்கட்டுகளை மடக்கிப் பின் நீட்டினேன். மீண்டும் ஒருமுறை அப்படிச் செய்துபார்த்தேன். என் தோலுக்குக் கீழ் என் தசைகள் நர்த்தன மாடுவது வினோதமாக இருந்தது. நான் எதிர்பார்த்ததைவிட என் கைகளின் பளு அதிகமாக இருந்தது. அடக்கிவைத்திருந்த ஆற்றல் எந்த நேரமும் வெடித்துவிடும்போல் இருந்தது. ஆனால் கண்டும் கேட்டுமில்லாததைக் குறித்து எனக்கு எந்த அச்சமுமில்லை.

22

நன்றி மிஸ் பிரான்சுவா! உண்மையில், என் கணக்கு தப்பவில்லை.

எனக்குப் பிரெஞ்சு தெரியவில்லையாயினும், மிஸ் பிரான்சுவாவின் பார்வை என் உடலின் நடுப்பகுதியை நோட்டமிட்டதன் நோக்கம் எனக்கு நிச்சயமாகப் புரியும். கண்களால் பேசுவதென்றால், மிஸ் பிரான்சுவாவுக்கு நிகர் யாருமில்லை. என்னை அவள் பார்த்த அன்று இரவே நான் அவள் அறைக்குப் போக வேண்டும் என்பதை அவள் பார்வை தெளிவாகவே உணர்த்தியது.

அவளுடைய படுக்கை அறை, ஒரு நடைக் கூடத்தின் கடைசியில் இருந்தது. அதன் வெள்ளைநிற வண்ணம், நான் மௌனமாகக் கடந்துசென்ற சன்னல்களில் பளிச்சென்று நிலாவொளியில் மின்னியது. ஃபிரான்சுவாவுக்கு நான் அவர் பெண்ணின் அறைக்குச் செல்வது நிச்சயமாகத் தெரியக் கூடாது. நான் தங்குமிடத்தின் மேற்கத்திய வாயில் காவலாளிக்கும் அது நிச்சயமாகத் தெரியக் கூடாது. அவளுடைய அறைக் கதவு திறந்திருந்தது. நான் அவள் அறைக்குள் நுழையும்போது, மிஸ் பிரான்சுவா தூங்கிக்கொண் டிருந்தாள். அவள் பக்கத்தில் போய்ப் படுத்தேன். மிஸ் பிரான்சுவா கண்விழித்துப் பார்த்துக் கத்தினாள். அது நான்தான் என்பது அவளுக்குத் தெரியவில்லை. என் இடது கையை மிஸ் பிரான்சுவாவின் வாயில் வைத்துப் பொத்தினேன். அது கூச்சலிட முயன்றது. ஆனால், கேப்டன் சொன்னதுபோல், நான் இயற்கையின் ஆற்றல். அவள் அசையாமல் இருக்கும்வரை பொறுத்திருந்து விட்டுக் கையை அகற்றினேன். மிஸ் பிரான்சுவா என்னைப் பார்த்துப் புன்னகைத்தாள். நானும் அவளைப் பார்த்துப் புன்னகைத்தேன். உன் உடலை எனக்கு அளித்ததற்கு நன்றி, மிஸ் பிரான்சுவா! நான் ஒரு பலமான நீரோட்டத்தைக் கடப்பதுபோல் உன் உடலில் ஆர்வத்தோடு நீந்தினேன். என்னவோ தெரியவில்லை. என் வாயில் இரத்தம் கசிந்தது. அதற்குக் காரணம் புரியவில்லை.

23

என்னுடைய பெயரைக் கேட்கிறார்கள். ஆனால், நான் அவர்களே அதனை வெளியிடட்டும் என்று காத்திருக்கிறேன். சத்தியமாகச் சொல்கிறேன். நான் யார் என்று எனக்குத் தெரியவில்லை. நான் என்ன உணர்கிறேன் என்றுதான் என்னால் சொல்ல முடியும். மாமரத்தையொத்த என் கைகளையும் பவோபாப் மரத்தையொத்த என் கால்களையும் வைத்து நான் பெருமளவில் வாழ்க்கையை அழிப்பவன் என்று நினைக்கிறேன். சத்தியமாகச் சொல்கிறேன்; என்னை யாரும் எதிர்த்து நிற்க முடியாதென்றும், நான் மரணத்தை வென்றவன் என்றும், பெரிய பெரிய பாறைகளை என் கைகளால் நசுக்கித் தூளாக்க முடியும் என்றும் தெரிகிறது. சத்தியமாகச் சொல்கிறேன். நான் உணர்வதைச் சாதாரணமாகச் சொல்ல முடியாது. அதனைச் சொல்ல அன்றாட வாழ்க்கையில் பயன்படுத்தும் சொற்கள் போதாது. ஆகவே நான் சொல்ல நினைப்பதை வெளிப்படுத்த அதற்கு அப்பாற்பட்ட சொற்களைப் பயன்படுத்துகிறேன். யதேச்சையாக, அவை நான் உணர்வதை மொழிபெயர்க்கக்கூடும் என்று நம்புகிறேன். தற்போதைக்கு என் உடல் உணர்வதுதான் நான். என் உடல் என் வாய் வழியே பேச நினைக்கிறது. நான் யார் என்பது எனக்குத் தெரியாது. ஆனால் என் உடல் என்னைப் பற்றி என்ன சொல்லும் என்று எனக்குத் தெரியும். என் உடலின் பருமனும், அதன் மிதமிஞ்சிய ஆற்றலும் மற்றவர்கள் மனதில் சண்டை, போர், வன்முறை, மரணம் ஆகியவற்றைக் கொண்டுவரலாம். என் உடல் என் உடல்மீதே குற்றம் சாட்டுகிறது. ஆனால் அதன் பருமனும் மிதமிஞ்சிய பலமும் பொது அமைதியையும் மன அமைதியையும் சுமுகத்தையும் ஏன் கொண்டுவரக் கூடாது?

ஒரு சின்னக் குரல் வெகு தூரத்திலிருந்து என் உடல் ஒரு மல்யுத்த வீரனின் உடல் என்று சொல்கிறது. சத்தியமாகச் சொல்கிறேன். எனக்கு இதற்கு முன்பு ஒரேயொரு மல்யுத்த வீரனைத்தான் தெரியும். அவன் பெயர் தெரியவில்லை. ஒருவேளை நான் குடியிருக்கும் இந்தப் பெரிய சரீரம் அவனுடைய தாக இருக்கலாம். ஒருவேளை அன்பின் அடையாளமாகப் பரிதாபப்பட்டு நான் அவனிடத்தில் இருக்கட்டுமென்று விட்டுவிட்டுச் சென்றிருக்கலாம். இதைத்தான் தூரத்திலிருந்து ஒலிக்கும் அந்த சின்னக் குரல் என் காதில் மெதுவாகச் சொல்கிறது.

24

"நான் பாறைகள், மலைகள், காடுகள், நதிகள், நர மாமிசம், விலங்குகளின் மாமிசம் ஆகியவற்றையெல்லாம் விழுங்கக்கூடியவன். தோலைக் கிழிப்பேன். மண்டை, உடல் எல்லாவற்றையும் காலி செய்வேன். முழங்கைகள், கைகள், கால்கள் எல்லாவற்றையும் துண்டிப்பேன். எலும்புகளை உடைத்து அவற்றில் உள்ள மஜ்ஜையை உறிஞ்சிக் குடிப்பேன். அதே சமயம் நதிக்கு உயரே தோன்றும் செந்நிற நிலா, மிருதுவான வேலமரங்களைச் சலசலக்கவைக்கும் தென்றல் நான். மலரும் நான். அதனை வட்டமிடும் குளவியும் நான். துடிக்கும் மீனும் நான். மிதக்கும் தோணியும் நான். வலையும் நான் மீனவனும் நான். கைதியும் நான், கைதிக்குக் காவல் நிற்கும் காவலாளியும் நான். மரமும் நான், மரமாகும் விதையும் நான். தந்தையும் நான், மகனும் நான். கொலையாளியும் நான், நீதிபதியும் நான். விதைக்கப்படும் விதையும் நான், விளைச்சலும் நான். தாயும் நான், மகளும் நான். இரவும் நான், பகலும் நான். தீயும் நான், தீ விழுங்கும் மரக்கட்டையும் நான். நிரபராதியும் நான், குற்றவாளியும் நான். முதலும் நான், முடிவும் நான். படைப்பவனும் நான், அழிப்பவனும் நான். நான் இருவராகச் செயல்படுகிறேன்."

மொழிபெயர்ப்பது சுலபமன்று. தேவையானால் காட்டிக் கொடுப்பதாகும். ஏமாற்றுவதாகும். ஒரு வரியைக் கொடுத்து இன்னொரு வரியைப் பெறுவதாகும். முழு உண்மையை வெளிச்சத்துக்குக் கொண்டுவரப் பல பொய்களைச் சொல்வதாகும். மொழிபெயர்க்கும்போது ஒன்றைப் புரிந்துகொள்ள வேண்டிய நிர்ப்பந்தம் ஏற்படும். அதாவது, ஒரு வார்த்தை ஒரு வார்த்தையன்று. இரண்டாகவோ, மூன்றாகவோ, நான்காகவோ, ஐந்தாகவோ

இருக்கக்கூடும். மொழிபெயர்த்தல் என்பது இறைவனின் உண்மையை விட்டு விலகுதலாகும். அவ்வுண்மை ஒன்றுதான் என்று நினைத்துக் கொள்கிறார்கள் அல்லது நம்புகிறார்கள்.

"அவன் என்ன சொன்னான்?" என்று எல்லோரும் கேட்டார்கள். "இந்த பதில் நாங்கள் எதிர்பார்த்த பதிலல்ல. பதில் இரண்டு வார்த்தைகள், மிஞ்சிப்போனால் மூன்று வார்த்தைகள் இருக்கும். ஒருவருக்குக் குடும்பப் பெயர் இருக்கும். அத்துடன் தனிப் பெயர் ஒன்று அல்லது இரண்டு இருக்கலாம்."

மொழிபெயர்ப்பாளன் தயங்கினான். அவனைச் சுற்றி வீசப்பட்ட கோபப் பார்வைகளும் கவலை தோய்ந்த பார்வைகளும் அவனுக்கு அச்சமூட்டின. பின்னர், தொண்டையைக் கனைத்துக்கொண்டு, சீருடையணிந்தவர்களைப் பார்த்து மெல்லிய குரலில் சொன்னான்: "அவன் மரணமும் வாழ்வும் என்று சொல்கிறான்."

25

அதன் பின், நான் யார் என்பது எனக்குப் புரிகிறது என்று நம்புகிறேன். உண்மையைச் சொல்லப்போனால், வெகு தூரத்திலிருந்து என்னிடம் பேசும் அந்த மெல்லிய குரல் நான் யூகிப்பதற்கு உதவியது. என் உடல் என்னைப் பற்றி எல்லாவற்றையும் எனக்குத் தெரிவிக்க முடியாது என்று அந்த மெல்லிய குரலுக்குத் தெரியும். என்னுடைய உடல் என்னைப் பல்வேறு விதமாகக் கணித்திருக்கிறது என்றும் அந்த மெல்லிய குரலுக்குத் தெரியும். காயங்களின்றி இருக்கும் என் உடல் நிச்சயமாக ஒரு விசித்திரமான ஒன்றுதான். மல்யுத்த வீரனின் உடல் காயம்படாமல் இருந்தால் அது ஒரு சராசரி உடல் அல்ல. ஆகவே என் உடல் என் கதையைச் சொல்ல முடியாது. என்னுடைய உடல் ஒரு 'தெமின்' உடல் என்று வெகு தூரத்திலிருந்து வரும் மெல்லிய குரல் எனக்குச் சொன்னது. ஆன்மாக்களை விழுங்குபவனின் உடல் காயம்படாமல் இருக்க வாய்ப்பிருக்கிறது.

எல்லோருக்கும் தெரியும் ஒரு கதை இருக்கிறது. எங்கிருந்தோ வந்த இளவரசன் ஒருவன் தற்பெருமை பேசிக்கொள்ளும் ஓர் அரசனின் மகளை மணந்துகொள்ள முன்வந்தான். அவளோ மனம்போன போக்கில் போகிறவள். வெகு தூரத்திலிருந்து வரும் மெல்லிய குரல் எனக்கு அதனை நினைவூட்டியது. தற்பெருமை பேசிக்கொள்ளும் அரசனின் மகளுக்குக் காயம்படாத உடல் கொண்ட ஒருவன் தேவைப்பட்டான். எந்தப் பிரச்சினையும் இல்லாத ஒருவன் அவளுக்கு வேண்டியதாய் இருந்தது.

அவளைத் திருமணம் செய்துகொள்ள வந்த இளவரசனின் உடலில் எந்தத் தழும்புமில்லை. அவன் காட்டுப் பகுதியிலிருந்து வந்தவன். அவன் மிகவும் அழகாக இருந்தான். மனம்போன போக்கில் போகும் அவளுக்கு அவனைப் பிடித்துவிட்டது.

ஆனால், அவனை அவளது தாதிக்குப் பிடிக்கவில்லை. அவனைப் பார்த்தவுடனேயே தாதிக்கு அந்த அழகான இளைஞன் ஒரு சூனியக்காரன் என்று நன்றாகவே தெரிந்துவிட்டது. தாதிக்கு அவன் சூனியக்காரன் என்று நன்றாகவே தெரிந்ததற்குக் காரணம், அவன் உடலில் எவ்விதத் தழும்பும் இல்லாததுதான். மல்யுத்த வீரன் உடலைப் போலவே, இளவரசர்கள் உடலிலும் தழும்புகள் இருக்கும். அந்தத் தழும்புகள்தான் அவர்களைப் பற்றிய கதை சொல்லும். இளவரசர்கள் மல்யுத்த வீரர்களைப் போலவே உடலில் ஒரு தழும்பையாவது காட்ட வேண்டும். அப்போதுதான் அவர்களைப் பற்றிய கதைகள் உலாவரும். தழும்பு இல்லையெனில் காவியம் இல்லை. தழும்பு இல்லயெனில் பெரிய மனிதர் இல்லை. தழும்பு இல்லையெனில் புகழ் இல்லை. அதனால்தான் என் காதில் ஓதும் மெல்லிய குரல் விஷயத்தைக் கையில் எடுக்க வேண்டியிருந்தது. அதனால்தான் என் காதில் ஓதும் மெல்லிய குரல் நான் யார் என்பதை யூகித்துக்கொள்ள உதவியது. ஏனென்றால் நான் புகுந்திருந்த உடலில் எவ்விதத் தழும்பும் இல்லை.

மனம்போன போக்கில் போகும் பெண்ணின் தாதிக்குத் தழும்பு இல்லாத மனிதனுக்குப் பெயர் கிடையாது என்று நன்றாகவே தெரியும். அவள் தன் இளவரசிக்கு வரும் ஆபத்தைப் பற்றி எச்சரித்தாள். பயனில்லை. மனவுறுதியற்ற இளவரசி தனக்கு வரும் கணவனுக்குத் தழும்புகள் இருக்கக் கூடாது என்று அடம்பிடித்தாள். அவனைப் பற்றிய கதைகள் குறித்துக் கவலையில்லை. ஆகவே தாதி அவளுக்கு மூன்று தாயத்துகள் கொடுத்தாள். “இதோ ஒரு முட்டை, ஒரு மரத்துண்டு, ஒரு கூழாங்கல். பெரிய ஆபத்து ஒன்று நெருங்கும்போது, இவற்றை ஒவ்வொன்றாக உன் இடது தோளுக்கு மேல் வீசி எறி. அவை உன்னைக் காப்பாற்றும்” என்றாள்.

அசாத்திய அழகோடிருந்த இளவரசன் காட்டுப் பகுதியிலிருந்து வந்தவன். அவனோடு திருமணமான பின், அவனுடைய இராச்சியத்துக்குப் போக வேண்டிய நேரம் வந்துவிட்டது. ஆனால் அந்த இராச்சியம் தூரத்தில் கண்காணா இடத்தில் இருந்தது. மனம்போன போக்கில் செல்லும் இளவரசி தன் வீட்டை விட்டுப் போகப் போக, இளவரசனோடு வந்தவர்களின் எண்ணிக்கை குறைய ஆரம்பித்தது. அவர்கள் காட்டின் புல் புதர்களால் விழுங்கப்பட்டதுபோல் இருந்தது. அவர்கள் மறைய மறைய அவர்களின் சுய உருவம் தெரிய ஆரம்பித்தது. முயல், யானை, கழுதைப் புலி, மயில், கறுப்பு அல்லது பச்சைப் பாம்பு, கொக்கு, சாணி வண்டு – இப்படி எல்லோரும் ஒவ்வொன்றாக மாறிவிட்டனர். இளவரசன் ஒரு சூனியக்காரன் – தாதி

யூகித்ததுபோல். அவன் ஒரு சிம்ம சூனியக்காரன். நீண்ட நாட்கள் அவளைக் காட்டுக்குள் ஒரு குகையில் சிறைவைத்திருந்தான்.

இளவரசி தன் தாதியின் ஆலோசனையைக் கேட்காமல் போனதற்கு வருந்தலானாள். தாதியின் ஆலோசனை விவரமானது. அது ஓர் எச்சரிக்கை. இளவரசிக்கு எங்கிருக்கிறோம் என்று தெரியவில்லை. அந்த இடத்துக்குப் பெயரில்லை. அங்கு மண் மண்ணாகவும், புதர் புதராகவும், வானம் வானமாகவும் இருந்தன. மற்றவையெல்லாம் குழம்பிப்போயிருந்தன. அங்கு பூமிக்குக்கூடத் தழும்புகள் இல்லை, வரலாறு இல்லை.

கூடிய சீக்கிரத்திலேயே இளவரசி தப்பித்து ஓட ஆரம்பித்தாள். ஆனால் சிம்ம சூனியக்காரன் அவளைத் துரத்திக்கொண்டு ஓடினான். அவளை இழந்துவிட்டால், தன் வரலாற்றை – அர்த்தத்தை – ஏன் தன் பெயரைக்கூட இழக்க வேண்டியிருக்கும் என்பது அவனுக்குத் தெரியும். அவள் போனபின், அவனுடைய ஊர் மீண்டும் போர்க்களப் பொது இடமாகிவிட்டது. ஏனென்றால், இளவரசிதான் அவளுடைய கற்பனையால் அதற்கு உயிர்ப்பு அளித்திருந்தாள். அது மீண்டும் உயிர்ப்புடன் இருக்க வேண்டுமானால் அவள் திரும்பிவர வேண்டும். சிம்ம சூனியக்காரன் வாழ்வுகூட இளவரசியின் கண்கள், காதுகள், வாய் ஆகியவற்றைப் பொறுத்தே இருந்தது. அவள் இல்லையெனில், அவன் தழும்பு இல்லா அழகு கண்ணுக்குத் தெரியாது. அவள் அங்கு இல்லையானால், அவனுடைய கர்ஜனைகளைக் கேட்க முடியாது. அவளுடைய குரல் இல்லையெனில், அவனுடைய குகை இராச்சியம் மண்ணோடு மண்ணாகிவிடும்.

முதல் தடவையாக அவன் அவளைப் பிடிக்க நெருங்கும்போது, அவள் தன் தாதி அளித்திருந்த முட்டையை இடது தோளைத் தாண்டி வீசி எறிந்தாள். அது ஒரு பெரிய காட்டாறாக மாறியது. இளவரசி தான் தப்பித்து விட்டதாக நினைத்தாள். ஆனால் அந்தச் சிம்ம சூனியக்காரன் ஆற்றுத் தண்ணீரையெல்லாம் குடித்துவிட்டான். இரண்டாவது தடவை அவளைப் பிடிக்க நெருங்கும்போது, அவள் தன் தாதி அளித்திருந்த மரத்துண்டை இடது தோளைத் தாண்டி வீசி எறிந்தாள். அங்கு ஓர் அடர்ந்த காடு தோன்றியது. ஆனால் அந்தச் சிம்ம சூனியக்காரன் அதனை அடியோடு வெட்டி வீழ்த்திவிட்டான். மூன்றாவது தடவை அந்தச் சிம்ம சூனியக்காரன் அவளைப் பிடித்துவிடும் அளவுக்கு நெருங்கும்போது, இளவரசி தன் தந்தை, தாதி ஆகியோரது கிராமத்தைப் பார்க்க முடிந்தது. அவள் தன்னிடம் மூன்றாவதாக இருந்த கூழாங்கல்லையும் இடது தோளைத் தாண்டி வீசி எறிந்தாள். அது ஒரு பெரிய மலையாக மாறியது. ஆனால்,

அதனைச் சிம்ம சூனியக்காரன் பிரம்மாண்டமான அடிகள் எடுத்துவைத்து ஏறி இறங்கிவிட்டான்.

ஆகவே சிம்ம சூனியக்காரன் இன்னும் அவளைத் தொடர்ந்துகொண்டேதான் இருந்தான். அவளுக்குத் திரும்பிப் பார்க்கத் துணிவு இல்லை. தூரத்திலிருந்த ஆபத்தை அருகில் கொண்டுவந்து விடுவோமோ என்ற பயம் அவளைத் தொற்றிக்கொண்டது. அவன் ஓடிவரும்போது தரையில் அவன் காலடி ஓசையைக் கவனித்தாள். அந்த மனித–மிருகம் இரண்டு கால்களால் ஓடி வருகிறானா, அல்லது நான்கு கால்களால் ஓடி வருகிறானா என்று தன்னையே கேட்டுக்கொண்டாள். அவனுக்கு மூச்சுவாங்குவதை அவளால் கேட்க முடிந்தது. அவன்மீது படிந்திருந்த ஆறு, காடு, மலை ஆகியவற்றின் மணத்தையும் ஓர் அசாத்திய மனிதனின் அல்லது மிருகத்தின் நாற்றத்தையும் அவளால் உணர முடிந்தது. அச்சமயம் பார்த்து வில்லும் அம்பும் ஏந்திய வேடன் ஒருவன் எங்கிருந்தோ தோன்றினான். இளவரசிமீது சிம்ம சூனியக்காரன் பாயும்போது அவனது இதயத்தில் ஓர் அம்பு பாய்ந்தது. அவன் இறந்துவிட்டான். அதுதான் சிம்ம சூனியக்காரன்மீது ஏற்பட்ட முதலும் கடைசியுமான தழும்பு.

சிம்ம சூனியக்காரன் ஒரு மஞ்சள் தூசிப் படலத்தில் வீழ்ந்தபோது, காட்டின் தூரப்பகுதிகளிலிருந்து பயங்கர உறுமல் சத்தம் ஒன்று வானைப் பிளந்தது. பூமி அதிர்ந்தது. ஒளி மங்கியது. குகை இராச்சியம் பூமிக்குள்ளிருந்து வெளியில் வந்தது. உயர்ந்த மலைக் குன்றுகள் பெயரிடப்படாத அந்த இராச்சியத்தில் விழுந்தன. அவற்றை எல்லோராலும் பார்க்க முடிந்தது. இதுபோன்ற பயங்கரத் தழும்புகளால் குகை இராச்சியம் எல்லோராலும் அடையாளம் காணப்பட்டது. அதனால்தான் அந்த இராச்சியத்தின் கதையைச் சொல்கிறார்கள்.

இளவரசியைக் காப்பாற்றிய வேடன், அவளுக்கு மூன்று தாயத்துகள் அளித்த தாதியின் ஒரே மகன். அவன் பார்க்க அருவருப்பாக இருப்பான். அவன் ஏழை. இருப்பினும் அவன் இளவரசியைக் காப்பாற்றிவிட்டான். உடல் முழுதும் தழும்புகள் நிறைந்த அவன் துணிவைப் போற்றும் வகையில், அரசன் கைமாறாகத் தன் பெண்ணை அவனுக்குத் திருமணம் செய்துவைத்தான். அவன் பேரில் ஏராளமான கதைகள் உண்டு.

சத்தியமாகச் சொல்கிறேன். நான் போருக்குப் புறப்படுவதற்கு முன்தான் இந்தச் சிம்ம சூனியக்காரன் கதையைக் கேட்டேன். மற்றெல்லா சுவாரசியமான கதைகளைப் போலவே, இதிலும் சில விஷமத்தனமான உட்பொருள்கள் நிறைந்திருக்கின்றன. இதுபோன்ற கதையைச் சொல்பவர்கள் ஒரு கதைக்குள் இன்னொரு கதையைத் திணிப்பதுண்டு. மறைந்திருக்கும் கதையைக்

கண்டுபிடிக்க வேண்டுமானால், அக்கதை கொஞ்சமேனும் வெளிப்படையாக இருக்க வேண்டும். அப்படி இல்லையெனில், அது புரிந்துகொள்ளப்படாமலேயே இருந்துவிடும். மறைந்திருக்கும் கதை இலைமறைகாயாக இருக்க வேண்டும். இறுக்கமாக இருக்கும் காவி உடைப் பெண்ணின் அங்க அடையாளங்கள் எடுத்துக் காட்டுவதுபோல் இருக்க வேண்டும். உள்ளீடு தெளிவாகத் தெரிய வேண்டும். யாருக்காக அந்தக் கதை சொல்லப்பட்டதோ அவர் அந்தக் கதையின் பின்னணியைப் புரிந்துகொண்டால், அது அவர்கள் வாழ்க்கைப் பாதையை மாற்றி அமைக்கும். மேலோட்டமான ஆசையைச் செயலுருவாக்கும். தயக்கமெனும் வியாதியிலிருந்து குணப்படுத்தும் – கதை சொல்பவரின் எதிர்பார்ப்பு எவ்வளவு மோசமாக இருப்பினும்!

சத்தியமாகச் சொல்கிறேன். இந்தக் கதையை ஒருநாள் இரவு, ஒரு மாமரத்தின் கிளைகளின் கீழ், என் வயதொத்த ஆண், பெண் ஆகியோர் மத்தியில் வெண் மணலில் விரிக்கப்பட்டிருந்த பாயின் மீது அமர்ந்துகொண்டு கேட்டேன்.

சத்தியமாகச் சொல்கிறேன், சிம்ம சூனியக்காரன் கதையைக் கேட்ட ஃபரி தியாம், அவனைத் தனதாக்கிக்கொண்டாள் என்பது எனக்கு நன்றாகவே புரிந்தது. அவள் எங்களை விட்டுப் பிரிந்தது ஏன் என்றும் எனக்கு நன்றாகவே புரிந்தது. அவள் தன்னை மனவுறுதியற்ற அந்த இளவரசியாக நினைக்கட்டும் பார்க்கலாம் என்று நினைத்தாள்போலும். அவளுக்குச் சிம்ம சூனியக்காரன் தேவைப்பட்டது எனக்கு நன்றாகத் தெரியும். அல்ஃபா நிந்தியாயே, என் சகோதரனுக்கு மேலானவன், அவள் பின்னால் எழுந்து போனது அவன் அவளை எபனி மரத் தோப்புக்குள் சந்திப்பதற்குத்தான் என்பது எனக்கு நிச்சயமாகத் தெரியும். அக்னி ஆற்றுக்கருகில், அல்ஃபாவும் ஃபரிதியாமும் சந்திப்பார்கள் என்றும் தெரியும். அங்கு நானும் அல்ஃபாவும் பிரான்சுக்குக் கிளம்புவதற்கு முந்தைய நாள், ஃபரிதியாம் தன்னை அல்ஃபாவிடம் அர்ப்பணித்தாள் என்பது நிச்சயம் தெரியும்.

நான் ஆழ்ந்து சிந்திக்கும் இவ்வேளையில், இறைவனின் உண்மையை எனதாக்கிக்கொள்ளும் இந்நேரத்தில், ஒன்று நன்றாகத் தெளிவாகிறது: அல்ஃபா, தன்னுடைய மல்யுத்த வீரனின் உடலில், என்மீது பரிதாபப்பட்டு, அன்பின் அடையாளமாக எனக்கு ஓர் இடம் ஒதுக்கித் தந்திருக்கிறான். நான் இறந்த அந்த இரவில், போர்க்களத்தின் பொது இடத்தில் நான் கெஞ்சிக் கேட்டது அல்ஃபாவின் காதில் விழுந்திருக்கிறது. நான் அன்று ஏதோ ஓரிடத்தில் தனியாக விடுபட்டுப்போக விரும்பவில்லை. உண்மையில், இப்போது நான் எங்களைப் பற்றி நினைக்கும்போது, ஒரு உண்மை புலப்படுகிறது – அவன்தான் நான், நான்தான் அவன்.

ஆத்ம சகோதரன்

காலச்சுவடு பப்ளிகேஷன்ஸ் (பி) லிட்.
Published by Kalachuvadu Publications Pvt. Ltd.,
669, K.P. Road, Nagercoil 629001, India
Phone: 91-4652-278525
e-mail: publications@kalachuvadu.com

12/2022/S.No. 1140, kcp 4080, 18.6 (1) 9ss